AF741743

பணமே ஓடி வா

சோம. வள்ளியப்பன்

பங்குச்சந்தை வர்த்தகம், சுயமுன்னேற்றம், நிர்வாக வியல், மனித வள மேம்பாடு உள்ளிட்ட துறைகளில் பல புகழ்பெற்ற நூல்களை எழுதியவர் சோம. வள்ளியப்பன். துறை சார்ந்த செழிப்பான அனுபவமும் நிபுணத்துவமும் கொண்டிருக்கும் இவர் தொலைக்காட்சி மற்றும் பத்திரிகைத்துறை ஊடகங்களில் தொடர்ந்து இயங்கிவருகிறார்.

பங்குச்சந்தை பற்றிய இவருடைய அள்ள அள்ளப் பணம் நூல்கள்(வரிசை 1-5), வெளிவந்த காலம் தொட்டு இன்றுவரை தொடர்ந்து விற்பனையில் சாதனை படைத்துவருகின்றன.

ஆசிரியரின் பிற நூல்கள்

பங்குச்சந்தை

1. அள்ள அள்ளப் பணம் 1 - *பங்குச்சந்தை: அடிப்படைகள்*
2. அள்ள அள்ளப் பணம் 2 - *பங்குச்சந்தை: அனாலிசிஸ்*
3. அள்ள அள்ளப் பணம் 3 - *பங்குச்சந்தை: ஃபியூச்சர்ஸ் அண்ட் ஆப்ஷன்ஸ்*
4. அள்ள அள்ளப் பணம் 4 - *பங்குச்சந்தை:* போர்ட்ஃபோலியோ முதலீடுகள்
5. அள்ள அள்ளப் பணம் 5 - *பங்குச்சந்தை:* டிரேடிங்

வியாபாரம்

1. *நம்பர் 1 சேல்ஸ்மேன்* (சிறந்த விற்பனையாளர் ஆவது எப்படி?)
2. *பணமே ஓடி வா*
3. *பணம் - சந்தேகங்கள், விளக்கங்கள்* (FAQs)

நிர்வாகம்

1. *ஆளப்பிறந்தவர் நீங்கள்* (தலைமைப் பண்புகள்)
2. *காலம் உங்கள் காலடியில்* (நேர நிர்வாகம்)
3. *யார் நீ?* (பர்சனாலிட்டி)
4. *உலகம் உன் வசம்* (கம்யூனிகேஷன்)
5. *உறுதி மட்டுமே வேண்டும்* (கமிட்மெண்ட்)
6. *உறவுகள் மேம்பட* (Secrets of Managing People)
7. *சிறந்த நிர்வாகி ஆவது எப்படி?*
8. *தங்கத் துகள்கள்* (காலம் உங்கள் காலடியில் - 2)

சுயமுன்னேற்றம்

1. *இட்லியாக இருங்கள்* (எமோஷனல் இண்டலிஜென்ஸ்)
2. *டீன் தரிகிட* (பதின் பருவத்தினருக்கு)
3. *அதிகாரம் அல்ல, அன்பு* (சுயமுன்னேற்றக் கட்டுரைகள்)
4. *மன அழுத்தம் விரட்டலாமா* (மாணவர்களுக்கு -யுனெஸ்கோவுக்காக)
5. *உஷார் உள்ளே பார்* (மனமும் சக்தியும்)
6. *ஆல் தி பெஸ்ட்!* (நேர்முகங்களில் வெற்றி பெறுவது எப்படி?)
7. *தள்ளு* (மோட்டிவேஷன்)
8. *சின்னத் தூண்டில் பெரிய மீன்*
9. *சிறு துளி பெரும் பணம்*
10. *சொல்லாததையும் செய்!*
11. *முன்னேற்றம் இந்தப் பக்கம்*

உறவுகள்

1. *காதலில் இருந்து திருமணம் வரை*
2. *அப்பா மகன்* - நெருக்கமும் நெருடல்களும்

பணமே ஓடி வா

சோம. வள்ளியப்பன்

கிழக்கு

பணமே ஓடி வா
Paname Odi Vaa

Soma. Valliappan ©

Kizhakku First Edition: September 2017
144 Pages

ISBN: 978-93-86737-22-9
Kizhakku - *1032*

Kizhakku Pathippagam
177/103, First Floor, Ambal's Building,
Lloyds Road, Royapettah, Chennai 600 014.
Ph: +91-44-4200-9603
Email : support@nhm.in | Website : www.nhm.in

kizhakkupathippagam kizhakku_nhm

Author's Email: baluvalliappan1@yahoo.co.in
baluvalliappan5@gmail.com

Author's Website : www.writersomavalliappan.com

Kizhakku Pathippagam is an imprint of New Horizon Media Private Limited

குமுதம் ஆசிரியர்
டாக்டர் ஜவஹர் பழனியப்பன்
அவர்களுக்கு

உள்ளே

முன்னுரை

பணம் பற்றி எவ்வளவு எழுதினாலும் தகும். காரணம், சம்பாதிக்கத் தெரிந்த அளவு எல்லோருக்கும் அதை நிர்வாகம் செய்யத் தெரியவில்லை. இதில் படித்தவர் படிக்காதவர், உயர் பதவியில் இருப்பவர் சாதாரண ஊழியர் போன்ற வேறுபாடுகள் தெரியவில்லை.

சம்பாதிக்க வழி தேடும் பலரும் அதே அளவு அக்கறையாக பணத்தைச் சேமிக்கும் மற்றும் பெருக்கும் வழிகளைத் தெரிந்து கொள்ளவேண்டும் என்று நினைப்பதில்லை, முயற்சிகள் எடுப்பதில்லை.

அதற்கான வழிகளை எளிமையாகச் சொல்லும் ஒரு தொடர்தான் குமுதத்தில் வெளிவந்த 'பணமே ஓடிவா'. பின்பு அதே தலைப்பில் புத்தகமாக கோவை, விஜயா பதிப்பகம் மூலம் வெளியிட்டேன்.

கால மாற்றத்துக்கு ஏற்ப சில புள்ளிவிவரங்கள், தகவல்களை மாற்றி, சில பின் இணைப்புகள் சேர்த்து, 'கிழக்கு பதிப்பகம் மூலம் வெளியிடுகிறேன்.

கிழக்கு பதிப்பகத்தின் பத்ரி சேஷாத்ரி, மருதன், வைதேகி மற்றும் உமா சம்பத் அவர்களுக்கும் என் நன்றி.

சோம வள்ளியப்பன்

அபிராமபுரம்

24.7.2017

முதல் பதிப்பிற்கான முன்னுரை

பங்குச் சந்தை பற்றி 'அள்ள அள்ளப் பணம்' என்கிற வரிசையில் இதுவரை நான்கு புத்தகங்கள் எழுதியிருக்கிறேன். தவிர, பணம் சம்பாதிப்பதற்கான பல்வேறு வழிமுறைகள் குறித்து, 'பணம் பணம் பண்ணலாம் பணம் பணம்' என்றும் (ஆனந்த விகடனில் தொடராகவும் பின்பு அதனையே புத்தகமாகவும்) எழுதியாயிற்று. 'தொட்டதெல்லாம் பொன்னாகும்' புத்தகமும் அதே போன்ற தொரு பணம் தொடர்பான புத்தகம்தான்.

ஆனாலும்கூட பணம் பற்றிச் சொல்லுவதற்கு இன்னும் பல தகவல்கள் இருப்பதாகவே நினைத்தேன். குறிப்பாக, பணத்தை முதலீடு செய்ய இருக்கும் பல்வேறு வாய்ப்புகள் பற்றி எழுத வேண்டியது அவசியம் என்று தோன்றியது. இவற்றையெல்லாம் ஒரு சேர ஒரே இடத்தில் (புத்தகத்தில்) சொன்னால் நன்றாக இருக்குமே என்று எண்ணிக் கொண்டிருந்தேன். அது குமுதத்தில், 'பணம் பண்ண நீங்க ரெடியா?' என்று தொடர் எழுதிக் கொண்டிருந்த நேரம். முழுக்க முழுக்க பங்குச் சந்தை பற்றிய தொடர் 18 வாரங்கள் முடிந்திருந்தது. குமுதம் ஆசிரியர் பேசினார்.

'பணம் பண்ண நீங்க ரெடியா? தொடரை அடுத்த வாரத்தோடு முடித்துக் கொள்ளலாம்' என்றார். 'சரி' என்றேன். 'உடனே இன்னொரு தொடர் ஆரம்பிக்கலாம்' என்றார். 'சரி' என்று சொல்லி, 'எதைப் பற்றி?' என்று கேட்டதற்கு, 'அடுத்த தொடரும் பணம் பற்றித்தான். ஆனால், பங்குச் சந்தை தொடர்பாக மட்டு மில்லாமல், எல்லாத் தரப்பினருக்கும் பயன் உள்ள வகையில் பொதுவாக எழுத வேண்டும்' என்றார். 'எப்போது தர வேண்டும்?' என்று கேட்டதற்கு, 'உடனே' என்றார். 'பணம் பண்ண நீங்க ரெடியா?' முடிந்த அதே இதழின், இலவச

இணைப்புப் புத்தகத்தில், 'பணமே ஓடி வா' தொடர் ஆரம்பித்தது. 30 வாரங்களில் நான் சொல்ல நினைத்திருந்த வற்றை எழுதினேன். திருப்தியாக இருந்தது.

வாரா வாரம் என்று எழுதியதையே புத்தகமாகக் கொண்டு வர சில மாற்றங்கள் செய்ய வேண்டியிருந்தது. செய்தேன். பணத்தை ஆக்குகிற, முதலீடு செய்கிற, பாதுகாப்பு செய்கிற அடிப்படை களை இந்தப் புத்தகத்தில் சொல்லியிருக்கிறேன்.

குமுதம் இதழின் கௌரவ ஆசிரியர் திரு. டாக்டர் S.A.P. ஜவஹர் பழனியப்பன் அவர்களுக்கு என் மனமார்ந்த நன்றிகள்.

சோம. வள்ளியப்பன்

அபிராமபுரம்

1

என்ன செய்யப் போகிறோம்?

அப்பா, அம்மா, இரண்டு மகன்கள். விடுமுறை நாட்களில் அவர்கள் நால்வருமாக வெளியே போவார்கள். பெரும்பாலும் அவர் கடற்கரைக்குத்தான் அவர்களைக் கூட்டிப் போவார். காரணம், அதற்குத்தானே டிக்கெட் கிடையாது.

மகன்களுக்கு வயது குறைவுதான். 'எனக்கு ஐஸ்கிரீம் வேண்டும்' என்பான் ஒருவன். 'எனக்கு ஐஸ்கிரீமும், சமோசாவும் வேண்டும், கூடவே லஸ்ஸியும் வேண்டும்' என்பான் இன்னொருவன்.

சிரித்த முகத்துடன் தலையசைப்பார் அப்பா. ஆனால், கூடவே கண்டிப்பாகச் சொல்லிவிடுவார். 'எது வேண்டுமானாலும் சாப்பிடுங்கள்; ஆனால், தலைக்கு இரண்டு அயிட்டம்தான். அதற்கு மேல் கிடையாது. அடுத்த வாரம்தான்.'

காரணம், மனிதர் அவ்வளவு சிக்கனமானவர்.

அதே குடும்பம். இன்னொரு ஞாயிற்றுக்கிழமை. மனைவியையும் மகன்களையும் விளையாட்டு மைதானத்திற்கு அழைத்துப் போவார். அங்கே நடக்கும் ஹாக்கி போட்டிகளைப் பார்ப்பார்கள் (கிரிக்கெட்டுக்குக் கூடுதல் கட்டணம் அல்லவா! அதனால்தான் ஹாக்கி). வெளியில் வந்து ஓட்டலில் சாப்பிடுவார்கள். ஓட்டல். உடுப்பி ஓட்டல். சாப்பிடும் அயிட்டங்கள் இட்லி, தோசை.

காரணம், அந்தக் குடும்பத் தலைவர் அவ்வளவுதான் செலவழிப்பார்.

'ஆமாம். இதென்ன பெரிய அதிசயமான குடும்பம்? எங்கேயும் இல்லாததா? அவர்கள் அளவுக்குக்கூட செலவழிக்க முடியாதவர் கள் நாட்டில் எவ்வளவு பேர் இருக்கிறார்கள். இவர்களைப் பற்றி 'பணமே ஓடி வா' என்கிற பணம் பற்றிய புத்தகத்திலும் அதுவும் முதல் அத்தியாயத்திலேயே எழுத வேண்டிய அவசியம் என்ன இருக்கிறது?'

கேட்கலாம்.

இவர்களைப் பற்றி எழுதாவிட்டால் வேறு யாரைப் பற்றி எழுதுவதாம்! (இந்நேரம் ஊகித்து விட்டவர்களுக்கு சபாஷ்! அமைதியாகத் தொடர்ந்து படியுங்கள்).

இவர்களைப் பற்றி எழுதுவதற்குக் காரணம் அவர்களின் இன்றைய நிலைதான். மேலே பார்த்த அந்தக் குடும்பம் முப்பது ஆண்டுகளுக்கு முன்பு இருந்த நிலை. இன்றைக்கு அந்தக் குடும்பத் தலைவர் இல்லை; மறைந்துவிட்டார்.

அவருடைய இரண்டு மகன்களும் இருக்கிறார்கள். முதல் மகன் இருக்கும் இடம், கொஞ்சம் உயரமானது. உயரமென்றால் அவரைத் தவிர உலகில் மற்ற அனைவருமே அண்ணாந்து பார்க்க வேண்டிய இடம். அங்கே இருக்கிறார்.

சஸ்பென்ஸ் போதும் என்கிறீர்களா? சரி, சரி. அப்பா பெயர்: திருபாய் அம்பானி. மூத்த மகன்: முகேஷ் அம்பானி. இளைய மகன்: அனில் அம்பானி.

ஆளுக்கு இரண்டு அயிட்டத்துக்கு மேல் சாப்பிட வேண்டாம். கட்டாது என்று நினைத்த ஒரு குடும்பத்தில் இருந்து வந்த முகேஷ் அம்பானிதான் இன்றைக்கு சிலரின் தூக்கத்தினைக் கெடுத்துக் கொண்டிருக்கிறார். 'அடடா! என் இடம் பறி போய் விட்டதே!' என்று கவலைப்படவும் வைத்திருக்கிறார்.

அப்பாடி இவரால் தூக்கம் கெட்டிருக்கும் சிலரில் முக்கியமானவர்கள் மூன்று பேர். ஒருவர் கார்லஸ் சிலிம். இவர் மெக்ஸிகோ நாட்டைச் சேர்ந்தவர். இரண்டாமவர் பில்கேட்ஸ் (ஆமாம், கம்ப்யூட்டர் சக்கரவர்த்தி பில்கேட்ஸேதான்). மூன்றாமவர் வாரன் பஃபட்.

இவர்களுடைய தூக்கம் கெடும் அளவுக்கு முகேஷ் அம்பானி அப்படி என்னதான் செய்தார்?

2007ம் ஆண்டு முகேஷ் அம்பானி, 'நம்பர் ஒன்' இடத்துக்கு வந்துவிட்டார்.

எதில் நம்பர் ஒன்?

உலகின் பணக்காரர்கள் பட்டியலில்.

அடேயப்பா! அப்படியென்றால் அமெரிக்கா, இங்கிலாந்து, சுவிட்சர்லாந்து, ஜப்பான் போன்று வேறு எந்த முன்னேறிய நாட்டில் இருப்பவரை விடவும், நம் நாட்டு முகேஷ் அம்பானிதான் ஒரு நேரம் 'நம்பர் ஒன்'னா?

ஆமாம்.ஜூலை 2017 நிலவரப்படி, முகேஷ் அம்பானியின் நிகர சொத்து மதிப்பு ரூபாய் இரண்டு லட்சம் கோடி. உலகின் இருபது பெரும் பணக்காரர்களில் ஒருவர்.(அள்ளிக் கொடுத்தது பங்குச் சந்தை). அதற்கு முன் அந்த இடங்களில் இருந்தவர்கள்தான், மேலே பார்த்த மூன்று பேரும். எத்தனை லட்சம் கோடிகள் சொத்து இருந்தாலும், முதல் இடம் என்பது தனிப் பெருமை அல்லவா! அந்த ஆண்டு அது பறி போனதுதான் அவர்களின் துக்கத்திற்கும், தூக்கம் தொலைந்ததற்கும் காரணம்.

சந்தேகம் தெளிந்திருக்கலாம்! பணம் என்கிற விஷயத்தில் ஒருவரால் எவ்வளவு உயரம் போக முடியும் என்பதற்கு இதைவிட வேறு என்ன சாட்சி இருக்க முடியும்?

- நடுத்தர வர்க்கம்
- பார்த்துப் பார்த்துச் செலவழிக்க வேண்டியிருந்தது.
- போதவில்லை.
- கடன்.

இப்படிப்பட்ட சூழ்நிலைகளில் இருந்துதான் அம்பானி ராக்கெட் போல கிளம்பியிருக்கிறார். மேலே போய், இன்னும் மேலே, மேலே என்று உயர்ந்து உலகின் மாபெரும் பணக்காரர்களே அண்ணாந்து பார்க்கும் அளவுக்கு உச்சத்திற்கே போக முடிந்திருக்கிறது அவரால்.

'அட! இவரது உலகின் நம்பர் ஒன் ஆன கதை பிரமிப்பூட்டுவதாக இருக்கிறதே! இதெல்லாம்கூட சாத்தியமா என்ன? அதுவும்

இந்தியாவில் இருந்துகொண்டு! அப்படி என்னதான் செய்தார்? ஒருவரால், அவரது வாழ்நாளில் இவ்வளவு சம்பாதித்து விட முடியுமா? அதுவும் அப்படிப்பட்ட ஒரு சாதாரண நிலையில் இருந்தவரால்!'

வெளியில் தெரிபவர்கள் அம்பானி போன்ற சிலர்தான். ஆயிரம், லட்சம், கோடி என்று, நம்மூரில் சொல்வதுபோல, அமெரிக்காவில் மில்லியன், பில்லியன், ட்ரில்லியன் என்பார்கள். பில்லியன் என்றால் 100 கோடி. பில்லியன் டாலர் 64 என்ற மதிப்பில் 6400 கோடி.

இப்படிப்பட்ட பில்லியனர்கள் எண்ணிக்கை இப்போது இந்தியாவில் அதிகரித்து வருகிறது. எத்தனையோ முன்னேறிய நாடுகளைவிட இந்தியாவில்தான் பில்லியனர்கள் எண்ணிக்கை அதிகம்.

2007இல் இந்தியாவில் 369 பல்கலைக் கழகங்கள் இருந்தன. அதுவே 2017ல் 789 ஆக உயர்ந்திருக்கிறது. தவிர 37,204 கல்லூரிகளும் 11,443 கல்வி நிறுவனங்களும் இயங்குகின்றன. இன்னும் பத்து வருடங்களில் பல்கலைக்கழகங்கள் மட்டுமே 1500 என்கிற எண்ணிக்கையைத் தொடுமாம்! அவ்வளவு தேவை இருக்கும். இந்தியா இளைஞர்கள் அதிகம் இருக்கும் தேசம், 24 வயதுக்குக் கீழ் இருப்பவர்கள் எண்ணிக்கை மட்டுமே 50 கோடி!

தற்போதைய நிலவரப்படி வருடந்தோறும் இந்தியாவில் 15 லட்சம் பேர் பொறியியல் படிப்பு முடித்துவிட்டு வெளியே வருகிறார்கள். மூன்றரை லட்சம் பேர் எம்.பி.ஏ. ஆறு லட்சம் பேர் வேறு பி.ஜி. படிப்புகள் முடிக்கிறார்கள். மற்ற தொழில் கல்விகள், ஏனைய டிகிரி படிப்பு படிப்பவர்களின் எண்ணிக்கை இன்னும் பல லட்சங்கள்.

பொறியியல் கல்லூரிகள் என்றுதான் இல்லை. கலைக் கல்லூரிகளில் படிக்கும் மாணவ மாணவியர்க்கும் படித்து முடித்ததும் வேலைகள் கிடைக்கின்றன. BPO, IPO, LPO என்று பலவிதமான புதிய வேலை வாய்ப்புகள் வந்துவிட்டன. ஊதியங்கள் பல ஆயிரங்கள், எடுத்த உடனேயே!

வேலைக்குப்போய் சம்பாதிப்பவர்கள் எண்ணிக்கை அதிகம் இருப்பதால் பல்வேறு வியாபாரங்களும் செழிக்கின்றன. நம்

நாட்டில் ஆண்டு ஒன்றுக்கு விற்பனையாகும் கார்களின் எண்ணிக்கை மட்டும் 38 லட்சம் (2016-17) மட்டும். இரு சக்கர வாகனங்களில் எண்ணிக்கை அதைப்போல 5 மடங்கு, அதாவது 199,29,485 (2016-17). ஆக இந்தியா நிச்சயமாக இப்போது வாய்ப்புகள் கொட்டிக் கிடக்கும் ஒரு தேசம். பலவும் நிகழும் நாடு. எல்லாம் நல்லதற்குத்தான். வாழ்க.

பலரும் வளர்கிறார்கள். வேகமாக வளருகிறார்கள். நேற்றைய சாதாரணர்கள் இன்றைய பணக்காரர்கள். முன்னேற நிறைய வாய்ப்புகள் இருக்கின்றன. எல்லாம் சரி.

கேள்வி இதுதான்.... நாம் என்ன செய்யப் போகிறோம்?

2

என்ன சௌக்கியமா?

'என்ன சௌக்கியமா?'

'பிரச்னை ஏதுமில்லையே!'

இந்த நான்கு வார்த்தைகள் பற்றி என்ன நினைக்கிறீர்கள்?

சௌக்கியம் என்கிற வார்த்தை, முன்னேற்றத்துக்கு எதிரி. சௌக்கியம் என்கிற வார்த்தைக்கு ஆங்கிலத்தில் 'கம்போர்ட்' (Comfort) என்று சொல்லலாம். பிரச்னைகள் இல்லாமல் எல்லாம் எதிர்பார்ப்பது போலவே நடப்பது, சிரமமின்றி அதிக அலைச்சல் உழைப்பின்றி, சுலபமாகச் செய்வது, மொத்தத்தில் சவால்கள் இல்லாமல் இருப்பது, இதுதான் சௌக்கியம்.

காலை நடைப் பயிற்சிக்காகப் போகும் இடங்களில் பார்த்திருக் கிறேன். உடல் இளைக்க வேண்டும் என்றோ அல்லது ஆரோக்கியம் கூட வேண்டும் என்றோதான் நடக்க முடிவு செய்திருப்பார்கள். நடக்க வருகிறார்கள். நடப்பார்கள். எப்படி நடப்பார்கள் தெரியுமா?

மெதுவாக, பேசிக்கொண்டு, அசைந்து அசைந்து. Brisk Walking தேவைப்படும் இடத்தில் மெதுவாக நடப்பது, வேர்க்காத, உடம்பினை உறுத்தாத நடையினால் என்ன பயன்?

எடை தூக்கும் பயிற்சியில் சொல்வார்கள். No Pain, No Gain என்று. வலிக்காமல் அடிப்பது போலத்தான் உடம்பை வருத்திக் கொள்ளாத அளவு எடை தூக்குதல் என்பதும்.

சௌகரியங்களை விட்டுவிட வேண்டும்.

‘காலையில் சீக்கிரம் எழுந்திருப்பதைத் தவிர வேறு எது வேண்டுமானாலும் சொல்லுங்க!’

‘சொந்த ஊரை விட்டு எப்படிப் போவது?’

‘சண்டே தொந்தரவு செய்யாதீங்க. விட்டுடுங்க.’

‘எதுன்னாலும் சாயங்காலம் 5 மணி வரை ஓக்கே. அதுக்குப் பிறகு மறுநாள் 10.00 மணிதான்.’

‘இதென்ன புதுசாவுல்ல இருக்கு!’

‘அவரோட எனக்குப் பழக்கம் இல்லையே! எப்படிப் போய்க் கேட்பது?’

‘பாஷை தெரியாதே!’

‘இனி கத்துக்கிட்டு செய்யணுமா?’

இப்படியெல்லாம் சொல்பவர்கள். யார்? எப்படிப்பட்டவர்கள்?

இந்த உலகத்தில் பாதுகாப்பான இடம் தேடிக் கண்டுபிடித்து, அங்கே போய் சுகமாக சுருட்டிப் படுத்துக்கொள்பவர்கள், பூனைகள்!

சுகமாகப் படுத்திருக்கும் பூனை என்ன செய்யும்? ‘டாய்’ என சத்தம் போட்டால், தலையைத் தூக்கி நிமிர்ந்து பார்க்கும். அப்போதுகூட சுறுசுறுப்பாக உடன் எழுந்துகொள்ளாது. வேறு வழியே இல்லை. நிச்சயம் எழுந்துகொள்ளத்தான் வேண்டும் என்கிற நிலைமை வந்தால்தான் அப்போதும் வேண்டா வெறுப்பாக எழுந்து, விரட்டுபவரை எரிச்சலுடன் பார்த்துக் கொண்டு முணுமுணுத்தபடி போகும்.

- சோம்பல்.
- சுகம்.
- சௌகர்யம்.

பிரச்னைகள் இல்லாத, ரிஸ்க் எடுக்காத வாழ்க்கையைத் தேடிக் கண்டுபிடித்து, சுகமாய் சுருட்டிப் படுத்துக்கொள்ள நாம் என்ன பூனைகளா?

தூங்குகிறோம். காலை நேரம், எழ வேண்டும் என்பது திட்டம். விழிப்பு வருகிறது. உடன், 'இன்னும் கொஞ்ச நேரம் மட்டும்' என்கிற கெஞ்சல் மனதுக்குள் இருந்து வருகிறது. என்ன செய்யலாம்?

போர்வையைத் தூக்கி எறிய வேண்டும். போர்வை போய் மேலே சுழலும் ஃபேனில் இடித்தாலும் சரி. உடன் துள்ளி எழ வேண்டும். விழித்துக் கொண்டுவிட வேண்டும். உடன் முகம் கழுவி, சுகத்தினை வழித்து எறிய வேண்டும்.

தூக்கம் மட்டுமா சுகம்? நம்மில் சிலர் தற்சமயம் பார்த்துக் கொண்டிருக்கும் வேலைகளும்கூட சுகமான வேலைகள்தான். புதிய பொறுப்புகள், புதிய வேலைகள், சிரமமாக இருக்கலாம். எதையும் முன் செய்தது போலவே செய்வது சுலபமாகத்தான் இருக்கும். ஆனால், எப்போதும் செய்வதையே செய்துவிட்டு, புதிய பலன்களை எதிர்பார்ப்பது என்ன நியாயம்?

இன்றைக்குச் சம்பாத்தியம் இருக்கலாம். அது சிலருக்குத் தேவைகளை விடச் சற்று அதிகமாகக்கூட இருக்கலாம். ஆனால் அதே அளவில் பணம் ஈட்டினால் போதுமா?

இன்றிருக்கும் நிலைகள் சுகமானதாக, சௌகரியமானதாக, பிரச்னை தராததாக இருக்கலாம். ஆனால், அவை வரும் காலத்திற்குப் போதாமல் செய்து விடும். வேகமாக வளரும் உலகத்தில், இன்றைய 'குட்' (Good) நாளைக்குப் போதாது.

வெந்து சாகும் தவளைகள்!

ஒரு பாத்திரத்தில் சாதாரண சூட்டில் இருக்கும் தண்ணீரை எடுத்து அதனுள் மெதுவாக ஒரு தவளையை இறக்கிவிடவேண்டும். தவளை தண்ணீருக்குள் படுத்துக்கொள்ளும். பின்பு மெதுவாக, அதிகம் அசைக்காமல் அந்தப் பாத்திரத்தினை எடுத்து, எரிகிற காஸ் அடுப்பின் மீது வைக்கவேண்டும். நெருப்பு அதிகம் இருக்கக்கூடாது. ஆரம்பத்தில் சின்ன ஜுவாலை போதும்.

தண்ணீர் மெல்ல சூடு ஏற ஆரம்பிக்கும். தண்ணீருக்குள் இருக்கும் தவளைக்கு இது தெரியுமா? தெரியும். தண்ணீர் வெதுவெதுப்பாக ஆவதை தவளை உணரும். வெதுவெதுப்பான தண்ணீர் தவளைக்குச் சுகம்தான். மெல்ல அசைந்து கொடுத்து நகர்ந்து சுகமாகப் படுத்துக் கொள்ளும். எழுவதற்குச் சோம்பல்.

தொடர்ந்து எரியும் நெருப்பால், தண்ணீரின் சூடு அதிகரிக்கும். அதுவும் தவளைக்குத் தெரிய வரும். ஆனால், தவளையின் நினைப்பில், தண்ணீர் முன்பைவிடக் கொஞ்சம்தான் சூடு கூடுதல்.

முன்பு 30 டிகிரி சென்டிகிரேட் என்று வைத்துக்கொண்டால் இப்போது 35தான்.

30 டிகிரி சூட்டுக்குப் பழகிவிட்ட தவளையின் உடல் மேலும் சுகித்திருக்கும். ஐந்து டிகிரி வெப்பத்தையும் சமாளிக்கும். இப்போது தவளை 35 டிகிரிக்குப் பழகியாகிவிட்டது. நெருப்பு தொடர்ந்து எரிகிறது.

இப்போது சூட்டின் அளவை 40 டிகிரி ஆக்குவோம். தவளையைப் பொறுத்தவரை முன்பைக் காட்டிலும் 5 டிகிரிதான் கூடுதல். அதற்கும் பழகி விடும். இப்படியே நெருப்பின் அளவை கட்டுப் பாட்டுடன் மெல்ல மெல்ல அதிகரிக்க, தவளைக்குத் தொடக்கத்தை விட மிக அதிகமாகிவிட்ட நெருப்பின் தீவிரம் உறைக்காது.

முன்னைக் காட்டிலும் கொஞ்சம்தானே சூடு கூடுதல் என்று தவளை தண்ணீரைவிட்டு வெளியே வர முயற்சிக்காது. எழச் சோம்பல்பட்டு, உள்ளேயே படுத்திருக்கும். அதனால் வேகும். ஒரு கட்டத்தில் வெந்து செத்தே கூடப் போகும். ஆனாலும், அதற்கு வித்தியாசம் தெரியாது.

அதே போன்ற வேறு ஒரு தவளையை, ஏற்கெனவே அடுப்பின் மீது இருக்கும், கொதிக்கும் தண்ணீர் பாத்திரத்தினுள் இறக்கி விட்டால் என்ன செய்யும்?

கொதிக்கும் தண்ணீர் உடம்பில் பட்டதுமே, துள்ளிக் குதித்து வெளியேறும்.

இரண்டு பாத்திரங்களிலும் இறுதியாக ஒரே அளவு சூடிருக்கும் தண்ணீர்தான். ஆனால், ஒன்றின் உள்ளே சமரசம் செய்துகொண்டு படுத்திருக்கும் தவளை. மற்றொன்றில் இருந்து துள்ளிக் குதித்து வெளியேறும் தவளை.

நம்மைச் சுற்றி நடைபெறும் மாற்றங்களும் சூடாகும் தண்ணீர் போலத்தான். அவை மெல்ல மெல்லச் சூடேறும் முதல் பாத்திரம்போல இருந்தால், நமக்கு அதிகரிக்கும் வித்தியாசம்,

பிரச்னை இல்லாதது போலத்தான் இருக்கும். ஆனால், சூடு ஏறிக்கொண்டுதான் இருக்கிறது.

மொத்தமாக வந்தால்தான் மாற்றம் என்பது இல்லை. நம்மைச் சுற்றியுள்ள இடங்களில் மாற்றங்கள் ஐந்து ஐந்து டிகிரியாக உயரும் உஷ்ணம்போல மெல்ல அதிகரித்துக்கொண்டேயிருக்கின்றன.

வெளியுலகம் வேகமாக வளர்ந்துகொண்டிருக்கிறது. எல்லாரும் சம்பாதிக்கிறார்கள். நிறையவே சம்பாதிக்கிறார்கள். நேற்றைய பணக்காரர்கள் இன்றைக்கும் சாதாரணர்கள். டாப் பத்து பணக்காரர்களின் பட்டியல் தினம் தினம் மாறுகிறது. டாடா பிர்லாக்களுக்குப் பின்னால் வெகு தூரத்தில் அம்பானிகளுக்கு அடுத்தபடி DLFன் குஷால் பால்சிங் என்கிறார்கள். விப்ரோவின் அசிம் பிரேம்ஜி என்கிறார்கள்.

வெளியில் நடைபெறும் வளர்ச்சியைவிட, நம்முடைய வளர்ச்சி அதிகமிருந்தால் மட்டுமே நாம் முன்னேறுபவர்களாக இருக்க முடியும். இருக்கும் இடத்தில் இருப்பதற்கே வேகமாக ஓட வேண்டிய நிலைதான்.

கேள்வி இதுதான்.

மாற்றங்களை உணர்ந்து நாம் ஓடத் தயாரா?

3

யோசனைகள் எனும் மூலதனம்

கிரிக்கெட் டெஸ்ட் பந்தயங்கள் ஆரம்பத்தில் எட்டு நாள் போட்டிகளாக இருந்திருக்கின்றன! அதற்கும் முன், நம்புங்கள்... ஆட்டம் முடிகிறவரை ஆடுவார்களாம்!! ஆட்டத்திற்கு நேரக் கெடு (டைம் லிமிட்) கிடையாது. பின்பு அணிக்கு 60 ஓவர்கள் வீதம், பின்பு அணிக்கு 50 ஓவர்கள் வீதம் என்று ஆறு நாட்கள். அதன்பின் ஐந்து நாள் போட்டிகளாக ஆடியிருக்கிறார்கள். அதன்பின் ஒருநாள் போட்டிகளாகக் குறைந்திருக்கின்றன. இப்போது, 'இருபது இருபது ஓவர்கள் போதும். அதற்குள் முடித்து முடிவு சொல்லி விடுங்கள்' என்கிறார்கள்.

அதனால் வீசப்படுகிற எல்லாப் பந்துகளையுமே ஒன்று விடாமல் அடித்து விளாசுகிற வீரர்களுக்குத்தான் மதிப்பும், குழுவில் இடமும். இல்லாவிட்டால் இரண்டும் கிடையாது. அது டெண்டுல்கரே ஆனாலும் எதிர்பார்ப்பில் மாற்றமில்லை. 'அடித்து ஆடு, முடியா விட்டால் வெளியேறு!' கத்துவார்கள். ரசிகர்கள்தான். அது தோணியே ஆனாலும், நிலைமை அப்படி. என்ன செய்ய?

உணர்ந்திருக்கிறோமோ இல்லையோ, உலகம் வேகமாக மாறி வருகிறது. அவ்வளவு வாய்ப்புகள். எதைச் செய்வது? எதை விடுவது? என்று திணற வேண்டியிருக்கிறது. எவ்வளவு முடியுமோ, அவ்வளவையும் செய்துவிடவேண்டும் என்கிற பரபரப்பு

எல்லோரிடமும் இருக்கிறது. அதனால் எல்லாவற்றையும் வேகமாகச் செய்யவேண்டும் என்கிற தேவை வந்தாகிவிட்டது. அதனால் எல்லோரிடமும் நேரப் பற்றாக்குறை. பேசுவதைக் கூட, SMS வாக்கியங்கள்போல பேசவேண்டியிருக்கிறது. கூடுதலாக இரண்டு வார்த்தை பேசினால், மற்றவர்களுக்குக் கேட்க நேரமில்லை.

கொடைக்கானல் மலையில் இருந்து கீழே வரும் மலைப் பாதை, நடுவில் ஒரு சிறு அருவி. அதைச் சுற்றிக் கடைகள், கார் பார்க்கிங். கூட்டமாக மக்கள்.

'போட்டோ எடுத்துக்கிறீங்களா சார்? ஒரு போட்டோ 50 ரூபாய்தான்.'

'போட்டோவை, முகவரி வாங்கிக்கொண்டு பிறகு அனுப்பு வாயாக்கும்!'

'இல்லை சார். உடனே இப்பவே கொடுத்து விடுவேன்.'

'அதெப்படி?'

'இதோ இங்கே பிரிண்ட் போட்டுடுவேன் சார்.'

டிஜிட்டல் காமிராவில் எடுத்து, உடன் கேசட்டினைக் கழற்றி மாட்டி, அங்கேயே சூட்கேஸ் அளவிலிருக்கும் பிரிண்டிங் மிஷினில், பிரிண்ட் போட்டு... பணம் கொட்டிக்கொண்டிருக்கிறது.

'அம்பது ரூபாயா? அதிகமாயிற்றே!' எனக் கேட்டவர்கள் குறைவு. அருவிச் சத்தத்திற்கு இணையாக, 'பளிச் பளிச்'சென்று காமிராவின் ஃபிளாஷ் சத்தம் தொடர்ந்து கேட்டுக்கொண்டே இருந்தது. ஒருவரல்ல. அங்கே அப்படிப்பட்ட புகைப்படக்காரர்கள், நான்கைந்து பேர் தென்பட்டார்கள். எல்லோர் பாக்கெட்டிலும் பணம் வழிந்தது.

மக்களுக்கு எல்லாம் அவசரம். எல்லாம் வேகமாக வேண்டும். 'புதுமைகளா! வெல்கம்', 'அழகாக இருக்கிறதே? விலை பற்றி என்ன? எனக்கு ஒன்று சீக்கிரம் கொடுங்கள்' இன்றைய வாடிக்கையாளர்கள் தாராளமாகச் செலவழிப்பவர்கள், அவர்கள் விரும்புபவைகளுக்கு!

சாதாரணமாக 300 ரூபாய்க்குக்கூட ஒரு காபியை ('காபி டே'களில்) வாங்கிக் குடிக்கிறார்கள். ஐநாக்ஸ் போன்ற திரையரங்குகளில் சினிமா டிக்கெட் விலை 120 ரூபாய். அட்சய

திருதியைக்குக் கடைகளில் நகை வாங்க, கட்டை கட்டி, உள்ளே விட வேண்டியிருக்கிறது. காரணம் தள்ளு முள்ளு. சனி ஞாயிறுகளில் மட்டுமல்ல, மற்ற நாட்களில்கூட மாலை வேளைகளில் உணவகங்களில் சாப்பிட சீட் கிடைப்பதில் காத்திருக்க வேண்டியிருக்கிறது.

மக்களிடம் பணம் இருக்கிறது. நேரம் (தான்) இல்லை.

இன்றைக்குப் பணம் சம்பாதிப்பது என்பது முன் எப்போதையும் விட சுலபம். படித்தவர்களுக்கு வேலை கிடைக்கிறது. வியாபாரம், தொழில் சேவை செய்பவர்களுக்குச் சிரமமில்லை. காரணம், மக்களிடம் பணப் புழக்கம் அதிகம். மக்கள் காணாததைக் கண்டதுபோல, பணத்தினைப் பெட்டிகளில் வைத்துப் பூட்டவில்லை. தாராளமாகவே செலவழிக்கிறார்கள்.

அதை நாம் பெறுவது எப்படி?

மக்களைச் சரியாகப் புரிந்துகொண்டு செய்கிறவர்களுக்குப் பிரச்னையே இல்லை. எதையும் காசாக்கலாம்.

தேவை: புதுமையான சிந்தனை, நேர்த்தியாகச் செய்யும் திறமை, வேகம். அவ்வளவுதான். பெரிய படிப்புகூட அவசியமில்லை. 'பிரார்த்தனா' போன்ற திறந்த வெளித் திரை அரங்குகளில் காரில் போய், இறங்காமலே திரைப்படம் பார்க்கலாம்' என்பது பழைய ஐடியா. 'வாங்க, படுத்துக் கொண்டே படம் பார்க்கலாம்' என்பது (சென்னை அபிராமி காம்ப்ளெக்ஸின்) புது ஐடியா.

'உங்கள் காரை நிறுத்துவதற்கு நீங்கள் கட்டணம் கொடுக்க வேண்டாம். அதற்குப் பதிலாக.'

'அதானே பார்த்தேன்.'

'பெரியதாக ஒன்றுமில்லை. இந்தச் சீட்டில் உங்கள் பெயர், முகவரி, கை பேசி (மொபைல்) நம்பர் எழுதி விடுங்கள். போதும்.'

'அவ்வளவுதானே, கொடுங்கள்.'

இரண்டு நாள் கழித்து கைபேசியில் அழைப்பு. 'உங்களுக்கு ஒரு பரிசு காத்திருக்கிறது.'

'பரிசா?'

'ஆம். நீங்கள் உங்கள் மனைவியுடன் வர வேண்டும்.'

போனால், அங்கே,'இந்த விவரங்களைக் கேட்டுக்கொள்ளுங்கள். முடிந்ததும் பரிசுதான்.'

விவரங்களை கம்ப்யூட்டர் வைத்து ஒரு மணி நேரம் சொல்லுகிறார்கள். எதைப் பற்றிய விபரம்? அவர்களுடைய விடுமுறைக் கால விடுதி பற்றிய விபரங்கள். பரிசு 100 ரூபாய் பெறுமானமுள்ள வீட்டுப் பயன்பாட்டுப் பொருள் ஒன்று!

திரும்பிப் பார்த்தால், கணவன் மனைவியாக பல தம்பதியர் நிற்கிறார்கள். அத்தனை பேரையும் அதிக செலவில்லாமல், கிளம்பி வந்து தங்களின் விளம்பரத்தினைப் பார்க்க வைத்து விட்ட ஒரு யோசனை. சிறிய ஆனால், அற்புதமான யோசனை. சொல்லியவருக்கும் நடைமுறைப்படுத்தியவருக்கும் லாபம் தந்து கொண்டேயிருக்கும் யோசனை.

கட்டடத்தில் இருக்கும் எல்லாப் பிளாட் தபால் பெட்டிகளிலும் ஒரு துண்டுப் பிரசுரம் கிடந்தது. எடுத்துப் பார்த்தால், 'ஆஞ்சனேயா கால் டிரைவர்ஸ். 24 மணி நேர சேவை. போன் தொடர்புக்கு ராபர்ட் & ரத்தினம்' பிரசுரத்தின் அடியில் ஆஞ்சனேயர் படம் வேறு! பர்வத மலையுடன்.

கால் டாக்சி தெரியும். பலரும் செய்கிறார்கள். அதைச் சொந்தமாக வாங்கி ஓட்ட வசதியில்லை. ஓட்டுனர் வேலையிலும் ஓரளவு தான் கிடைக்கும். என்ன செய்யலாம் என்று ஒரு புத்திசாலி யோசித்ததன் விளைவுதான், ஆஞ்சனேயா கால் டிரைவர்ஸ். வீட்டில் கார் வைத்திருப்பவர்கள், தாங்களே ஓட்டினாலும், சில சமயங்களில் வெளி ஓட்டுனர்களைத் தேடலாமில்லையா? 'நாங்கள் ரெடி. கூப்பிடுங்கள். வருகிறோம்' என்கிற யோசனையில் செயல்படுத்திவிட்டார்கள்.

மக்களுக்கு எப்படியெல்லாம் தேவைகள் இருக்கின்றன என்பதைப் புரிந்துகொண்டு விட்டவர்களுக்கு, சம்பாதிக்க என்ன வழி? என்கிற கேள்வியே கிடையாது. திரும்பிய பக்கமெல்லாம் வாய்ப்புகள்தான்.

தேவை: புத்திசாலித்தனமான உழைப்பு.

4

சேமித்தால்தான் வளர்ச்சி

'அய்யா நீங்கள் வளருகிறீர்களா?'

'வளருகிறீர்களா என்று பொதுவாகக் கேட்டால்? குறிப்பாக எதைப் பற்றிக் கேட்கிறீர்கள்?'

பொருளாதார ரீதியாக வளருகிறீர்களா! உங்கள் பண வசதி தொடர்ந்து பெருகுகிறதா?

'கடந்த ஆண்டு, மாதம் ஐந்தாயிரம் ரூபாய் சம்பாதித்தேன். இந்த வருடம் எனக்கு ஊதிய உயர்வு கொடுத்திருக்கிறார்கள். மாதம் 100 இன்க்ரிமெண்ட் கிடைக்கிறது. இனி என் மாத வருமானம், 100 ரூபாய் கூடுதல். ஐந்தாயிரம் அல்ல, இனி ரூ. 5100. இது வளர்ச்சிதானே!'

'மேலோட்டமாகப் பார்த்தால் இது வளர்ச்சிதான்.'

'மேலோட்டமாக என்றால்?'

'இதனைக் கொஞ்சம் ஆழமாகப் பார்க்க வேண்டும். சென்ற வருடம் 5000 ரூபாய்க்குக் கிடைத்த பொருள்கள் இந்த வருடம் அதே விலைக்குக் கிடைத்திருக்கிறதா? இது கேள்வி ஒன்று. சென்ற வருடம் இருந்ததைவிட இந்த வருடம் உங்களுடைய தேவைகள் அதிகரித்திருக்கின்றனவா? அதிகரித்திருக்கிறதென்றால், எவ்வளவு அதிகரித்திருக்கிறது. இது அடுத்த கேள்வி.'

‘யோசிக்க வேண்டிய விஷயம்தான். விலை உயர்ந்து கொண்டேதான் போகின்றன. மேலும் என் பிள்ளைகள் வளருகிறார்கள். அதனாலும் என் தேவைகள் அதிகரிக்கின்றன.’

‘இந்த இரண்டு விஷயங்களையும் ஒவ்வொன்றாகப் பார்ப்போம். முதல் விஷயம் விலைவாசி உயரும் அதே வேகத்தில் உங்கள் வருமானம் கூடினால்கூடப் போதும். நீங்கள் சிரமப்பட மாட்டீர்கள். அதே அளவு பொருள்களையாவது வாங்கலாம்.

5000 ரூபாய் வருமானம் என்பது *5100* ரூபாயாக கூடுகிறதென்றால் வருமானம் இரண்டு சதவிகிதம் கூடுகிறது என்று பொருள். விலைவாசியோ (தற்சமயம்) வருடத்திற்கு ஐந்து சதவிகிதம் அளவிற்கு அதிகரிக்கிறது. அப்படியென்றால், உங்கள் வருமானம் உண்மையில் தேய்ந்து வருகிறது. அதன் ரூபாய் மதிப்பு வேண்டுமானால் *5100* ஆக இருக்கலாம். ஆனால், அதன் உண்மையான மதிப்பு (Real Value) குறைகிறது. காரணம் வருமான வளர்ச்சியைவிட அதிகமாக உயருகிற விலைவாசி.

ஆக, எவராக இருந்தாலும் அவருடைய வருமானம் தொடர்ந்து உயர்ந்தாக வேண்டும். வேறு வழியே இல்லை. இல்லா விட்டால் அவர்களின் வாழ்க்கைத் தரம் குறைய ஆரம்பித்து விடும். இது தகவல் எண் ஒன்று. இரண்டாவது, உங்கள் தேவைகளும் அதிகரிக்கின்றன என்று சொல்லுகிறீர்கள். அப்படி யென்றால் அதிகரிக்கும் தேவை அளவுக்கு வருமானம் கூடியாக வேண்டும். இல்லாவிட்டாலும் பிரச்னைதான். ஒன்று, முன்பு பெற்ற அளவு வாழ்க்கை வசதிகள் மற்றும் நுகர்வுப் பொருள்களை வாங்க முடியாது. அல்லது பற்றாக்குறையைச் சமாளிக்க கடன் வாங்க நேரிடும்.

‘ஊதியம் உயர்வது நம் கையிலா இருக்கிறது? விலைவாசியைக் கட்டுப்படுத்துவதைப் பற்றி கேள்வியே இல்லை. நம்மால் செய்யக் கூடியது அதிலும் ஒன்றும் இல்லை. வளருகிற நம் தேவைகளைக் குறைத்துக் கொள்ளவும் முடியாது. இதென்ன கொஞ்சம் சிக்கலான பிரச்னைதான் போலிருக்கிறதே.’

‘ஊதிய உயர்வுதான் நம் கையில் இல்லையே தவிர, வருமான உயர்வு என்பது அப்படி ஒன்றும் செய்ய முடியாதது அல்ல.’

‘ஊதியம் வேறு வருமானம் வேறா என்ன!’

‘ஆமாம். இல்லையா பின்னே! பெரும்பாலான குடும்பங்களில் கணவன் மட்டுமே சம்பாதிப்பார். அந்த வீட்டின் வளர்ச்சிக்கு ஒருவருடைய சம்பாத்தியம் மட்டும்தான். அது வளர்ந்தால்தான் உண்டு. அவர் செய்யும் வேலை அல்லது வியாபாரம் பொறுத்து அது அதிகரிக்கலாம் அல்லது அதிகரிக்காமலும் போகலாம். அப்படி அதனை அதன் போக்கில் விடாமல் நம் கட்டுப்பாட்டில் கொண்டு வர முடியுமா? அதில் ஒரு நிச்சயமான தன்மையை ஏற்படுத்த முடியாதா?

நாம் முன்பே பார்த்தோம். பணம் பணம் சம்பாதிக்கும். பெற்ற பிள்ளைகள் சம்பாதிப்பதைப்போல, நாம் சேர்க்கும் பணமும், பணம் சம்பாதிக்கும். அது மனிதர்களைப்போல அயர்வே அடையாது. பணத்திற்கு வயதாக வயதாக சில ‘ஆண்டிக்’ (Antique) பொருள்களைப் போல மதிப்பு கூடும். அதன் பணமீட்டும் வலிமை பல்கிப் பெருகும். காலம் ஓட ஓட, சரியான இடத்தில் முதலீடு செய்யப்பட்ட பணம், பம்பு செட்டில் இருந்து பாயும் தண்ணீர்போலக் கொட்டும்.

ஒருவருடைய மாத ஊதியம் 5000. ஆனால், அந்தக் குடும்பத்தின் மாத வருமானம் 10000 ரூபாய். இது சாத்தியமா என்றால் சாத்தியம்தான். கூடுதலாக வரும் ரூபாய் 5000, அவர் செய்த முதலீடுகளில் இருந்து வட்டியாகவோ, லாபமாகவோ, டிவிடெண்டுகளாகவே அல்லது (இட) விலை உயர்வுகள் காரணமாகவோ அல்லது வாடகையாலோ வருகிறது. அவ்வளவு வருமானம் வருகிற அளவிற்கு அவர் முதலீடுகள் செய்திருக்கிறார். தப்பித் தவறி அவர் வேலைக்கோ அல்லது அவருக்கே கூட (சில மாதங்களுக்கு) ஏதும் ஆகிவிட்டாலும் பிரச்னை இல்லை. வரும் பிற வருமானங்கள் காப்பாற்றி விடும்.

இப்படிக் கூடுதலாக வருகிற வருமானம், விலைவாசி உயர்வுகள், தொடர்ந்து பெருகும் வாழ்க்கைத் தேவைகளுக்கு உதவுவது மட்டுமில்லை, மேலும் முதலீடுகள் செய்யவும் உதவும். கியர் மாற்றுவது என்பார்கள். எவ்வளவு காலத்துக்குத்தான் இப்படி போதியும் போதாமலும் வாழ்க்கையை ஓட்டுவது? கொஞ்ச காலம் கட்டுப்பாடாக செலவு செய்யாமல், பணத்தைச் சேர்த்து, முதலீடு செய்து, வருமானத்தைப் பெருக்கிக்கொண்டு அதன் பிறகு, வளமாக வாழ வேண்டியதுதான் பொருளாதாரத் தரத்தில் அடுத்த கியருக்கு மாறுவது என்பது.

மொத்தத்தில் ஒருவர் சம்பாத்தியம் மட்டுமே குடும்பத்திற்குப் போதாது. ஆயுளுக்கும் தொடர்ந்து நல்ல வருமானம் வருகிறாற் போல, முதலீடுகள் செய்துவிட வேண்டும். அந்த முதலீடுகளும் தொடர்ந்து நமக்காகச் சம்பாதிக்க வேண்டும்.

'எல்லாம் சரி. முதலீடு செய்ய, சேமிக்க, பணம் ஏது?'

'ஏன் முயன்றால் எல்லோராலும் ஒரு தொகையைச் சேமிக்க முடியும். வருகிற வருமானத்தில் குறைவாகச் செலவு செய்வது என்பது ஒரு வழி. அப்படி முடியாவிட்டாலும், ஒரு நேரத்தில் கூடுதலாக வரும் வருமானத்தை அது குறைவோ, அதிகமோ செலவு செய்யாமல் அப்படியே சேமிக்க வேண்டும்.

வேலைக்குப் போகும் பலருக்கும் ஏப்ரல் மாதம் ஊதிய உயர்வு கிடைக்கும். ஊதிய உயர்வு மொத்தமுமோ அல்லது அதில் கணிசமான பகுதியோ போக வேண்டிய இடம் சேமிப்பிற்குத்தான். பின்பு இட மாற்றம் முதலீட்டிற்கு. சேமிப்பு ஒரு எஸ்.ஐ.பி. யாகவோ அல்லது மாதா மாதம் கட்ட வேண்டிய யூலிப் சார்ந்த காப்பீடாகவோ இருக்கலாம்.

ஆனால், ஒவ்வொரு வருடமும் சேமிக்கும் தொகையையும் அதிகரித்துக்கொண்டே போகவேண்டும். ஒரு காலகட்டத்திற்கு மேல், அத்தியாயத்தின் தொடக்கத்தில் பார்த்தோமே, அந்தக் கேள்விக்கு சந்தோஷமான பதிலைத் தர முடிய வேண்டும்.

'ஆம், நான் தொடர்ந்து பொருளாதார முன்னேற்றம் காணுகிறேன்' என்று திருப்தியாகச் சொல்ல வேண்டும். மற்ற எவரையும் போலவே நமக்கும் அந்த உரிமை இருக்கிறது. அதைச் செயல்படுத்துவது நம் கையில்தான் இருக்கிறது.

5

சேமிப்பு என்கிற மந்திரம்

சுப்ரமணியம் மற்றும் அண்ணாமலை என்ற இரண்டு நண்பர்களைப் பற்றிய உண்மைக் கதை இது. சுமார் 15 ஆண்டுகளுக்கு முன்னால், ஒரு தனியார் நிறுவனத்தில் ஒரே நேரத்தில் வேலைக்குச் சேர்ந்தவர்கள். இருவருடைய ஊதியம்கூட ஒரே அளவுதான்.

ஆனால், அவர்கள் செய்த செலவுகள்? சுப்ரமணியம் அதிகம் செலவழிக்கமாட்டார். அரசு பேருந்தில்தான் வருவார், போவார். வெளியில் சாப்பிடுவது கிடையாது. உடுத்துவதுகூடச் சாதாரணமாகத்தான் இருக்கும்.

அண்ணாமலையின் அணுகுமுறை நேர் எதிர். விலையுயர்ந்த சட்டைகள்தான். அடிக்கடி ஓட்டல்களில் சாப்பிடுவார். எங்கே சென்றாலும் வண்டிதான். கடன் வாங்கி வாங்கிய, செகண்ட் ஹேண்ட் புல்லட் மோட்டார் சைக்கிளில் ஊரைச் சுற்றி வருவார்.

இப்படியே மூன்று நான்கு வருடங்கள் போயிருக்கும். ஊருக்கு வெளியில் வீட்டு மனைகள் விற்பனைக்கு வந்தன. சுப்ரமணியம் வாங்கினார். அண்ணாமலையிடம் பணம் இல்லை.

கடந்த சில வருடங்களாக சிறுகச் சிறுக சுப்ரமணியம் சேமித்திருந்த காசு, இப்போது ஒரு வீடு மனையாகிவிட்டது. அண்ணாமலை நிலையிலும் மாற்றம் இருக்கத்தான் இருந்தது. அந்த மாற்றம்,

அவருடைய கடன் சுமை இன்னும் கொஞ்சம் அதிகமாயிருந்தது என்பதுதான்.

சுப்ரமணியம் வாங்கிய வீட்டுமனையின் விலை அதன் போக்கில் உயர்ந்துகொண்டே போக, நான் ஐந்து ஆண்டுகளுக்கு முன்பிருந்த சுப்ரமணியம் இல்லை என்கிற நினைப்பு அவருக்குத் தெம்பாக இருந்தது. அதனால் சுப்ரமணியம் அடுத்த கட்டத்துக்குச் சுலபமாகத் தாவினார். தைரியமாக வீட்டுக் கடன் வாங்கினார். 'மடமட'வென்று வீட்டைக் கட்டி முடித்தார். உடனே அதை வாடகைக்கும் விட்டார். வாடகையை வாங்கி, ஒரு பைசா தொடாமல் ஒழுங்காக வீட்டுக் கடனுக்குக் கட்டினார்.

சேமிப்பவர்கள் அனைவரும் சுப்ரமணியம் போல வீட்டு மனைதான் வாங்குவார்களா என்ன?

பாஸ்கர் என்று மற்றொரு ஊழியர். அவர் வேலை செய்தது அதே நிறுவனத்தின் 'டிரான்ஸ்போர்ட' பகுதியில். நிறுவனம், பல கார்களை அதன் தேவைக்கு வாடகைக்கு எடுப்பதைப் பார்த்த பாஸ்கர், தனது சேமிப்புடன், வங்கி ஒன்றில் கடனும் பெற்று, ஒரு அம்பாசிடர் காரை வாங்கி, நிறுவனத்திற்கே வாடகைக்கு விட்டார். வந்த வாடகை வருமானத்தில் அவரும் ஒரு பைசா தொடவில்லை. அப்படியே 'டியூ'விற்குக் கட்டினார்.

ஒரு காருக்குச் சொந்தக்காரர் ஆன பின்பும்கூட, அவர் தனது சொந்தச் செலவுகளை அதிகரித்துக்கொள்ளவில்லை. தொடர்ந்து சேமித்து, படிப்படியாக மேலும் இரண்டு கார்களை வாங்கி வாடகைக்கு விட்டார். கார்கள் மூலம் கணிசமான வருமானம். பாஸ்கரை தவிர, அவருடைய கார்களும் பாஸ்கர் குடும்பத்துக்காக நன்றாகச் சம்பாதித்தன. ஆக, அவர் வீட்டில் அவரையும் சேர்த்து மொத்தம் நான்கு சம்பாத்தியங்கள்.

அந்த நான்கு சம்பாத்தியத்தில் வந்த மொத்த வருமானத்தினையும் பாஸ்கர் சிரத்தையாகச் சேமித்தார். சேமித்ததனால் அவரிடம் இருந்த பணம் ஒன்று இரண்டானது. இரண்டு நான்காகி, நான்கு எட்டானது. பின்பு அதுவே பதினாறாகி, பதினாறு முப்பத்திரண்டு ஆகிவிட்டது.

பாஸ்கர் மட்டுமல்ல, பல பணக்காரர்களின் ஆரம்ப காலக் கதைகள் எல்லாம் அப்படித்தான் இருக்கும். சாதாரணர்கள் பணக்காரர்கள் ஆகிற நிச்சய வழியின் முதல் படி இதுவேதான்.

சேமிப்பவர்களின் பொருளாதார நிலை, அணைகளில் சேமிக்கப்படும் தண்ணீர்போல, அடி அடியாக உயர்ந்து கொண்டே போகிறது. வருமானம் வரும் காலம் சுப்ரமணியம் போல பாஸ்கர் போல பணத்தைச் சேமிப்பவர்கள், ஒரு நேரத்தில் நிச்சயம் பணக்காரர் ஆகி விடுகிறார்கள்.

'சேமிக்க வேண்டும்; சேமிக்க வேண்டும் என்கிறீர்களே. 2ஆம் தேதியே என் சம்பளத்தில் பத்து ரூபாய் கூட மீதம் நிற்பதில்லை. தவிர்க்கக் கூடிய செலவுகள் எதுவும் என் குடும்பத்தில் கிடையாது. கைக்கும் வாய்க்கும் சரியாக இருக்கிறது. இதில் நான் எப்படிச் சேமிப்பேன்?'

சிலர் மனதில் என்னிடம் கேட்பதற்காக ஓடும் கேள்வி இதுவாக இருக்கலாம்.

இதற்கான பதிலும் கேள்வி கேட்பவர்களிடம்தான் இருக்கிறது. மாற்றத்துக்கான கதவுகள் உள் பக்கமாகத் தாழிடப்பட்டிருக் கின்றன. மற்றவர்கள் வெளியிலிருந்து தட்டலாம். ஆனால், திறப்பதை வீட்டிற்குள் இருக்கும் அவரவர்களேதான் செய்ய வேண்டும்.

செலவு போக, மீதம் இருக்கும் வருமானம்தான் சேமிப்பதற்கான வழி என்று நினைப்பது ஒருவகை. அங்கே முக்கியத்துவம் செலவுகளுக்குத்தான். முன்னுரிமை செலவுகளுக்குத்தான். செலவு போக மீதம் இருந்தால்தான் சேமிப்பு.

இன்னொரு வழியும் இருக்கிறது. மேலே பார்த்த சுப்ரமணியம், பாஸ்கர் போன்றவர்கள் மட்டுமல்ல, திருபாய் அம்பானி போன்ற மிகப் பெரிய பணக்காரர்களும் செய்த முறை, சேமிப்பு போக மாதம் இருப்பதற்குள் செலவு என்கிற முறை. இங்கே சேமிப்புக்கு முக்கியத்துவம். அதற்குத்தான் முன்னுரிமை.

'அதெப்படி? இன்றைக்குச் செய்ய வேண்டிய செலவுகள் இருக்கும் போது வருங்காலத்திற்காக சேமித்துக் கொண்டிருக்க முடியுமா? பற்றாக் குறையுடன் வாழ முடியுமா? வாழ்க்கையை அனுபவிக்க வேண்டாமா?'

'நியாயமான கேள்விகள் போலத்தானே தோன்றுகிறது அல்லவா? அவற்றுக்கான பதில், இன்னொரு கேள்வியில் இருக்கிறது. அந்தக் கேள்வி, 'இன்றைய தேவைகளுக்கு முக்கியத்துவம்

கொடுக்கப் போகிறீர்களா? அல்லது வருங்காலத் தேவைகளுக்கு முக்கியத்துவம் கொடுக்கப் போகிறீர்களா?' என்பதுதான்.

'இன்றைய தேவைகள்தான் முக்கியம்' என்று 'மனது' சொல்லும். அதே கேள்வியை 'அறிவிடம்' கேட்டுப் பாருங்கள். 'வருங்காலத்திய தேவைகள்தான் முக்கியம்' என்று சொல்லும்.

பத்து வருடத்துக்கு முன் வாங்கிய விலையில் இன்றைக்கு வீடு கிடைக்குமா? இல்லை. தங்கம்தான் கிடைக்குமா? காய்கறி முதல் கார் வரை எதன் விலைதான் போகப் போகக் குறைகிறது?

அதனால், தெரிந்தே கட்டுப்பாட்டுடன் செலவுகளைக் குறைத்து வாழ்வது, இன்றைய தேவைகளைக் குறைத்துக்கொள்வது, அதன் மூலம் சில காலம் பணத்தினைச் சேர்ப்பது, சேர்த்த பணத்தினை மேலும் சம்பாதிக்க வைப்பது.

வேலை பார்த்தோ, தொழில், வியாபாரம் செய்தோ ஒருவர் சம்பாதிப்பது மட்டுமே குடும்பத்துக்குப் போதாது. மனிதர்கள் சம்பாதிப்பதுபோல, பணத்தாலும் பணத்தைச் சம்பாதிக்க முடியும்.

சுப்ரமணியத்தின் சேமிப்பு வீடாகி, வீடு வாடகையாக சம்பாதிக்க, பாஸ்கரின் சேமிப்பு பணம், கார் வாடகையாகச் சம்பாதித்துக் கொடுத்தது. பங்குச் சந்தையோ, பரஸ்பர நிதியே அல்லது வேறு எதுவுமே, பணம், பணத்தைச் சம்பாதிக்கும். வேலை செய்து பணக்காரர்கள் ஆனதைவிட சொத்து விலை ஏறி பணக்காரர் ஆனவர்களின் எண்ணிக்கை பல மடங்கு அதிகம்.

பணக்காரர் ஆகவேண்டும் என்றால், முதலில் பணத்தைச் சேர்த்தாக வேண்டும்.

முதல் ஆயிரம் அடுத்த பல ஆயிரங்களைக் கொண்டுவந்து விடும். முதல் லட்சத்தினைத் தொடுவதுதான் சவால். அதன் பிறகு பல லட்சங்கள் சுலபமாக வரும்.

முதல் ஆம், எல்லாவற்றுக்கும் 'முதல்' தேவை. முதலையே செலவு செய்வது ஆரம்பம் முதல் உருவாக்காமல் பணத்தினைச் செலவு செய்வது புத்திசாலித்தனமல்ல.

வருமானம் என்பது ஆட்டுக்குட்டிபோல. ஆட்டுக் குட்டியை அப்படியே சாப்பிடலாம். அதன் அளவு குறைவானது. அதே

ஆட்டுக் குட்டியை வளர்த்தால், அதனை வளர விட்டால் என்ன ஆகும்? அதன் எடை பெருகும். அந்த வளர்ந்த ஆடு, பல குட்டிகள் போடும்.

ஆட்டுக் குட்டியை பசித்தாலும் சாப்பிடாமல் வளர்ப்பவர்கள், நாளைய பணக்காரர்கள். அந்தத் தொலைநோக்கு, அந்தக் கட்டுப்பாடு, பொறுத்திருக்கும் தன்மை, இவையெல்லாம் சாதாரண நிலையில் இருந்தாலும் மேலே வருவதற்கான வழிகள்.

இன்றைக்குக் கையில் இருக்கும் பணம், விதை நெல்போல. அதையே சாப்பிடலாம். அதனால் கொஞ்சம் பசி போகும்தான். ஆனால், அதே நெல்லை விதைத்து, விளைவித்துப் பெருக்கினால், பல பேர், பல காலம் சாப்பிடலாம்.

சேமிக்காமல் இருப்பது இன்றைக்கும் போதாமல், வருங்காலத்திற்கும் போதிய அளவு உருவாக்காமல் இருப்பது இரண்டும் இல்லை என்கிற நிலை. சேமிப்பது, இன்றைக்குக் கட்டுப்படுத்திக்கொண்டு விட்டு வருங்காலத்தில் நிச்சயம் வசதியாக இருப்பது. வருங்காலத்திற்கு நிச்சயம் பிரச்னையில்லை என்கிற நிலை.

'அப்படியென்றால் சேமித்தால் போதும். பணம் தன்னால் பெருகி விடும். இல்லையா?'

அதற்கான பதில் என்ன தெரியுமா?

'இல்லை!'

'ஏன் என்று கேட்கிறீர்களா?'

6

சேமித்தால் போதாது

திரைப்படங்களில், ரஜினிகாந்த் என்னவெல்லாம் செய்வார்? ஆக்ஷன், கேரக்டர் ரோல், ஏன், ரஜினி காமெடிகூட சிறப்பாகச் செய்வார். இல்லையா? இவர் மட்டுமா? கமல், விஜய், ஜாக்கிசான் என்று வெற்றி பெற்றிருக்கும் பலரும் அப்படிப் பட்டவர்கள்தானே! இப்படிப்பட்டவர்கள் எல்லாம், ஒன்றல்ல, பல திறன் பெற்றவர்கள்.

டெண்டுல்கர் தெரியுமல்லவா? அவர் பேட்ஸ்மேனா? அதில் என்ன சந்தேகம்? டெஸ்ட் பந்தயங்களில் உலகிலேயே அதிகமான ஓட்டங்கள் எடுத்த மிகச் சிறந்த பேட்ஸ்மேன் ஆயிற்றே. ஆனால், அவர் வெறும் பேட்டிங் மட்டும்தான் செய்வாரா?

யார் சொன்னது? ஒருநாள் பந்தயங்களில் டெண்டுல்கர் வீழ்த்திய விக்கெட்டுகளின் எண்ணிக்கை 154! இந்தியாவின் அதிகபட்ச விக்கெட் எடுத்த சிறப்பு பந்து வீச்சாளர் கும்ப்ளே எடுத்ததை விட, 180தான் குறைவு. டெண்டுல்கர் ரன்கள், விக்கெட்டுகள் எடுப்பது தவிர, ஃபீல்டிங்கிலும் புலி. மொத்தம் 152 கேட்சுகள் பிடித்திருக்கிறார். ஆக, அவர் ஒரு ஆல் ரவுண்டர். சகலகலா வல்லவன் இல்லையா?

எல்லாம் சரிதான். சொல்ல வரும் தகவல் என்ன? பணம் சம்பாதிப்பதற்கும், இதற்கும் என்ன சம்பந்தம்?

எல்லா இடங்களிலும் இப்படிப்பட்ட ஒன்றுக்கும் மேற்பட்ட வேலைகளை ஒருங்கே செய்யும் 'ஆல் ரவுண்டர்கள்' சுலபமாக ஜெயிக்கிறார்கள். 'ஒன்றுதான் செய்வேன்' என்று எவராலும் உட்கார முடியாது. போதாது. இதுதான் போட்டி உலகத்தின் நிலைமை.

இது சேமிப்பிற்கும் பொருந்தும். 'சேமிப்பேன், சேமித்துவிட்டு, அதன் பின் நல்ல முதலீடாகப் பார்த்து பணத்தினை அதில் போடுவேன். அதன் மூலம் ஒன்றைப் பலவாகப் பெருக்குவேன்' என்று இருக்க முடியாது.

வேறு எப்படிச் செய்வதாம்?

சேமிக்கும்போதே முதலீடும் செய்யவேண்டும். முன்பெல்லாம் உண்டியலில் சேமிப்பவர்கள் அலமாரிகளில் வைப்பார்கள். ஓரளவு காசு சேர்ந்த பின், அதனை வங்கியில் போடுவார்கள். அதன் பிறகுதான், அந்த 'சேமிப்பு' அவர்களுக்காக சம்பாதிக்க ஆரம்பிக்கும்.

பணத்திற்கு 'டைம் வேல்யூ' என்று ஒன்று இருக்கிறது. சிவசாமி என்று பெரியவர் ஒருவர் மிகவும் சந்தோஷமாக இருந்தார். காரணம் வீட்டிலிருந்த பழைய அலமாரி ஒன்றை விற்பதற்காக சுத்தம் செய்த போது, அதிலிருந்து எப்போதோ வைத்த நூறு ரூபாய் நோட்டு ஒன்று கிடைத்திருக்கிறது.

அது அவர் மகன் திருமணத்தின்போது, ஒரு கவரோடு வைத்ததாம். பத்து வருடங்களாக எவர் கண்ணிலும் படாமல் அலமாரியில் ஒரு மூலையில் ஒட்டிக்கொண்டு கிடந்திருக்கிறது. கிடைத்தது லாபம் என்று சந்தோஷப்பட்ட அவரைப் பற்றி என்ன நினைக்கிறீர்கள்?

கிடைத்தது நூறு ரூபாய்.

இழந்தது?

அதை விட அதிகம். 159 ரூபாய்.

இதில் எங்கிருந்து இழப்பு வந்தது என்று கேட்கத் தோன்றுகிறதா?

அந்த நூறு ரூபாய் பணத்தினை அவர் ஏதாவது வங்கியில் அப்போதே போட்டிருந்தால், அது அந்தப் பத்து வருட காலத்தில், 259 ரூபாயாக ஆகியிருக்கும். பத்து சதவித வட்டியில்.

பணம் சில இடங்களில் இருந்தால் தூங்கும். வேறு சில இடங்களில் இருந்தால் வளரும். தினம் தினம் கொஞ்சமேனும் வளரும்.

வங்கியில் போட்ட நூறு ரூபாய், பத்து வருட காலத்தில் 259 ஆகிவிடும் என்றால் 1000 ரூபாய் எவ்வளவு ஆகும்? 2590 ஆகி விடும். அதே 1000 ரூபாயை, பத்து வருடத்துக்குப் பதில் இருபத்தைந்து வருடங்கள் தொடாமல், ஒரு வங்கியில் போட்டு வைத்தால்... 10,830 ரூபாயாக வளர்ந்துவிடும். நாம் ஏதும் செய்யாமலேயே.

ஆயிரம் ரூபாய்கூட பணம் இல்லாதவர்கள் எவ்வளவு பேர்? அதுதானே! ஏன் வெறும் 1000 ரூபாய் மட்டும் சேமிக்க வேண்டும்? கூடுதலாக சேமிக்க முடியாதா என்ன?

அங்கே இங்கே என்று, வீட்டிலேயே பல இடங்களில் நூறும் ஆயிரமுமாக வைத்திருப்பவர்கள் இருக்கிறார்கள். பல்வேறு நேரங்களில், அங்கும் இங்குமாக வங்கிக் கணக்குள் திறந்தவர்கள் உண்டு. எல்லாவற்றிலும் எடுக்காத பணம் என்று கொஞ்சமேனும் இருக்கத்தான் செய்யும்.

அவையெல்லாம் தூங்குகிற பணம். சம்பாதிக்காத பணம். பணத்தால் பணம் சம்பாதிக்க முடியும். தொடர்ந்து, இரவு பகலாக அது உழைக்கும். அதற்கான இடத்தில் சரியான இடத்தில் அது இருந்தால் நாம்தான் அதனை அங்கே கொண்டுபோய் விட வேண்டும்.

சேமிப்பு என்பதே தொடர்ந்து செய்வதுதானே. அப்படி இப்படி என்று முயன்று மாதா மாதம் 1000 சேமிக்கத் தொடங்கி, தொடர்ந்து இருபத்தைந்து வருடங்கள் செய்தால், அதே 10% வட்டிக்கு மொத்தத் தொகை எவ்வளவாக ஆகும் தெரியுமா? 12 லட்சம்! அதே நபர் இன்னும் ஐந்து வருடங்கள் கூடுதலாக சேமித்தால்... 22 லட்சமாகி விடும். இன்னும் ஒரு ஐந்து வருடம் சேர்த்துச் செய்தால், 38 லட்சமாகி விடும்.

25 வயதில் சேமிக்கத் தொடங்கினால், 60 வயது வரை சேமிக்கலாம். 30, 35, 40 என்று எந்த வயதிலும் தொடங்கலாம். தொடங்க வேண்டும். எவ்வளவு சீக்கிரம் தொடங்குகிறோமோ

அவ்வளவு நல்லது. சீக்கிரம் செய்யவேண்டும் என்பது சுப காரியங்களுக்கு மட்டுமல்ல. சேமிக்கத் தொடங்குவதற்கும்தான்.

லட்சாதிபதியாக நிச்சயமான வழி என்ன தெரியுமா? ஒவ்வொரு மாதமும் கட்டாயமாக ஒரு தொகையைச் சேமிப்பது மட்டுமல்ல. சேமிப்பதை ஏதாவது ஒரு லாபகரமான இடத்தில் முதலீடு செய்து வருவதும்தான்.

7

ரிஸ்க்... எடுக்கலாமா?

உங்கள் வயது என்ன? கொஞ்சம் கூடுதலோ! முப்பதுக்கும் மேலா அல்லது நாற்பதுக்கும் மேலா? எதைக் கூடுதல் வயது என்று எடுத்துக் கொள்ளுவது? போகட்டும். நாற்பது என்றோ ஐம்பது என்றோ வைத்துக்கொள்ளுவோம். வயதுக்கும் முதலீட்டுக்கும் என்ன சம்பந்தம்? வயதை வைத்து, பணத்தைக் கையாளும் முறைகள் மாற வேண்டுமா என்ன?

கேள்விகள் அலை அலையாக வந்திருக்குமே! அதனால் என்ன? பணத்தைக் கையாளுவதற்கும் வயதிற்கும் உண்டான தொடர்பு களைப் பார்த்துவிடுவோம்.

சாப்பாடு, உடைகள் உடுத்துவது, அலங்காரம் செய்துகொள்ளுவது, பொழுதுபோக்கும் விதம் போன்றவற்றில், பெரியவர்களுக்கும் சிறியவர்களுக்கும் வித்தியாசங்கள் இருக்கிறதா, இல்லையா?

இவற்றில் எல்லாம் வித்தியாசங்கள் இருப்பதுபோலவே, பண விஷயத்திலும் வித்தியாசம் இருக்கத்தான் செய்கிறது. ஆனால், பலரும் இதனைப் பற்றி யோசிக்காமல் இறங்கிவிடுகிறார்கள்.

வருமானம் வேண்டுமானால் வயதை வைத்து மாறாமல், படிப்பு, வேலை, சொத்துக்கள் போன்ற பிற காரணங்களால் வித்தியாசப் படலாம். ஆனால், ஒருவர் செய்யவேண்டிய சேமிப்பு, காப்பீடு

மற்றும் அவர் செய்யக்கூடிய முதலீடுகள், வயதை வைத்தும் பெரிய அளவில் வித்தியாசப்படும்.

'வயதை வைத்தும்' என்று சொல்லப்பட்டிருப்பதைக் கவனித்திருப்பீர்கள்! 'அதென்ன 'வைத்து' என்று சொல்லாமல் 'வைத்தும்!' இன்னும் சிலவற்றைப் பொறுத்தும் மாறுமோ!' என்று கேட்டால், பதில், 'ஆமாம்' என்பதுதான். ஆனால், அதனைப் பிற்பாடு பார்த்துக்கொள்ளலாம். இப்போதைக்கு வயதை வைத்து மட்டும் பேசுவோம்.

வயதிற்கும் பணத்தைக் கையாளுவதற்குமான தொடர்பு இரண்டு விதங்களில் இருக்கிறது. ஒன்று, ஒருவர் எவ்வளவு ரிஸ்க் எடுக்கலாம் என்பது. மற்றொன்று அவருடைய தேவைகள் எப்படி என்பது.

முதலில் ரிஸ்க் பற்றிப் பார்த்துவிடலாம்.

வயது குறைவானவர்கள் கூடுதல் ரிஸ்க் எடுக்கலாம். வயதாகி விட்டவர்கள் அப்படி ரிஸ்க் எடுக்கக்கூடாது. ரிஸ்க் என்றால் முதலீடு செய்கிற பணத்திற்கு எவ்வளவு தூரம் பாதுகாப்பு உள்ளது என்கிற கணக்கு.

வீடு, நிலம் அல்லது தங்கம் வாங்குவதோ, பங்குகளோ, கடன் பத்திரமோ அல்லது வங்கி வைப்போ, எதில் பணத்தைப் போடுவதென்றாலும், மூன்று விஷயங்களை ஆராய்ந்துவிட்டுத் தான் போடுவோம்.

போடுகிற பணம் பத்திரமாக இருக்கவேண்டும் என்பது முதல் நோக்கம். போடுகிற பணத்திற்கு என்ன வருமானம் வரும் என்பது அடுத்த கேள்வி. மூன்றாவது போடுகிற பணத்தைத் தேவைப்படுகிறபோது திரும்ப எடுக்க முடியும் என்பது.

வயது குறைவோ, அதிகமோ யாருக்குத்தான் அவர்களுடைய பணம் பத்திரமாகத் திரும்பக் கிடைக்கவேண்டும் என்கிற எண்ணம் இருக்காது? இதில் எங்கிருந்து வயது வந்தது என்கிற கேள்வி வரலாம்.

கிரிக்கெட் பந்தயம் நடக்கிறது. சர்வதேசப் போட்டி. இந்தியா களம் இறங்குகிறது. வீரேந்திர சேவாக்கும் கம்பீரும், மட்டை பிடித்து ஆடுகிறார்கள். வருகிற பந்துகளையெல்லாம் அடித்துத்

தள்ளுகிறார் சேவாக். அவர் என்ன செய்கிறார்? சேவாக் அதிக ரிஸ்க் எடுத்து ஆடுகிறார். என்ன ரிஸ்க்? அவர் அப்படி அடித்து ஆடப் போய், அவுட் ஆகி விடலாம். அது சரி. அவர் ஏன் ரிஸ்க் எடுக்க வேண்டும்? நிறைய ஓட்டங்கள் எடுப்பதற்காகத்தான். பந்தயத்தில் வெற்றி பெற வேண்டுமென்றால் நிறைய ஓட்டங்கள் வேண்டும். அதற்காகத்தான் அவர் ரிஸ்க் எடுக்கிறார்.

சேவாக் கண்மூடித்தனமாக ஆடவில்லை. கொஞ்சம் கூடுதல் ரிஸ்க் எடுக்கிறார். அவ்வளவுதான். அதனால் அணிக்கு ரன்கள் குவிகின்றன. கண்மூடித்தனமான ரிஸ்கிற்கும், கவனமாகவே எடுக்கும் ரிஸ்கிற்கும் வித்தியாசங்கள் உண்டு. கவனமான ரிஸ்கிற்கு 'கேல்குலேட்டட் ரிஸ்க்' என்று பெயர்.

ஆட்டம் தொடர்கிறது. சில விக்கெட்டுகள் விழுகின்றன. எதிர்பார்த்த அளவு ரன்கள் சேரவில்லை. ஆனால், இன்னும் ஆடக்கூடிய ஓவர்கள் கணிசமாக இருக்கின்றன. அடுத்து ஆட வரும் டிராவிட் அதிக ரிஸ்க் எடுப்பாரா? தற்காத்துத்தானே ஆடுவர்! இனி அதிக ரிஸ்க் எடுக்கக் கூடாது என்று தெரிந்து விட்டது அவருக்கு. கையில் இருக்கும் விக்கெட்டுகளை வைத்துத்தான் மீதிப் பந்தயத்தையும் ஒப்பேற்ற வேண்டும். எந்த ஓவரும் வீணாகாமல் இயன்றவரை ரன்கள் குவிக்க வேண்டும். அவர் ஆடுவது 'டிபென்ஸ்'. ரிஸ்க் குறைவாக எடுக்கும் அணுகுமுறை.

பண முதலீட்டிலும் இதே அணுகுமுறைதான். வயது குறைவு. இளம் ரத்தம் என்பது பந்தயத்தில் பத்து விக்கெட்டுகளுடன் களம் இறங்கும் நேரம் போல. ரிஸ்க் எடுக்கலாம். சொல்லப் போனால், ரிஸ்க் எடுக்க வேண்டும். ரிஸ்க் எடுத்து அடித்து ஆடாமல், டொக்கு வைத்துக் கொண்டிருந்தால் வீண். சிலர் இப்படித்தான் சின்ன வயதிலும்கூட, பயந்து பயந்து மிகப் பாதுகாப்பான முதலீடுகளைத் தேடுவார்கள். 'கப்பல்கள் கரையில் பத்திரமாகத்தான் இருக்கும். ஆனால், அதற்காக அவை உருவாக்கப்படவில்லை' என்கிற பழமொழியை இங்கே நினைவுபடுத்திக்கொள்ளலாம்.

ரிஸ்க் எடுப்பது என்றால்? பங்குச் சந்தை, பரஸ்பர நிதிகள் போன்ற அதிக வருவாய் தர வல்ல முதலீடுகளிலும் பணம் போட வேண்டும். அதனால்தான், வயது குறைவா, அப்படிப்பட்ட வாய்ப்பும் கூடவே ரிஸ்க்கும் உள்ள யூலிப்பில் போடுங்கள் என்று

சொல்வது. வயது அதிகமாகி விட்டதா, இப்போதுதான் அல்லது இப்போதும்கூட பணம் (ரன்கள்) தேவைப்படுகிறதா? ஏற்கெனவே நிறைய சேர்த்துக் கொள்ள முடியவில்லையா? அப்படியென்றால் ஜாக்கிரதை. மீதம் இருக்கும் விக்கெட்டுகள் போன்றவை கையில் இருக்கும் பணம். அதை வைத்து, அதிக ரிஸ்க் எடுக்கக்கூடாது. அதைக் காப்பாற்றிக்கொள்ளுவதுதான் முக்கியம்.

கொஞ்சம் சேர்த்தாலும் சரிதான். பேசாமல் தேசிய சேமிப்புப் பத்திரம், அஞ்சலக சேமிப்பு, வங்கி வைப்பு அல்லது கடன் பத்திரங்கள் சம்பந்தப்பட்ட பரஸ்பர நிதிகள்தான் உங்களுக்குச் சரி வரும்.

'வயதாகி விட்டால்தான் என்ன? எனக்கு ஒன்றும் பிரச்னை இல்லை. நான் நிறையவே சேர்த்துவிட்டேன். கையில் நிறையவே பணம் (விக்கெட்டுகள்) இருக்கிறது. என்ன செய்ய? 'ஐம்பதாவது ஓவர் கடைசி பந்துவரை அடித்து விளாசுங்கள். உங்களை யார் தடுக்க முடியும்?'

'கையில் விக்கெட் இருக்கிறதோ இல்லையோ, நான் குறிப்பிட்ட அளவு ரன்கள் எடுத்தாக வேண்டும். என் தேவை அப்படி (உங்கள் அணி இரண்டாவதாக ஆடுகிறது. எனக்குப் பெரிய குடும்பம். நிறையத் தேவைகள்)' என்கிறீர்களா? சரி, உங்களுக்கு வேறு வழியில்லை. ரிஸ்க் எடுத்துதான் ஆக வேண்டும்.

ஆக, முதலீடு செய்யும்போது, பாதுகாப்பான முதலீடுதானா, முதலுக்கே மோசமில்லையா என்று பார்க்க வேண்டும். ஆனால், கொஞ்சம் ரிஸ்க் எடுத்தால் கூடுதலாக சம்பாதிக்க முடியும் என்றால், ரிஸ்க் எடுக்கும் நிலையில் இருந்தால், எடுங்கள். ஒரு பகுதி பணத்திற்கேனும்.

சூழ்நிலை சரியில்லையா? மனது செய், செய் என்று தூண்டினாலும், ரிஸ்க் இருப்பவை வேண்டாம். கட்டுப் பாட்டுடன், ரிஸ்க் இருக்கும் முதலீடுகளைத் தவிர்த்துவிடுங்கள். ஓய்வூதியத்தில் வந்த பணம் போன்றவை உங்கள் ஆயுட் கால உழைப்பு. அதற்கு மரியாதையும் முக்கியத்துவமும் அதிகம். ரிஸ்க் எடுக்கவேண்டாம். பங்குச் சந்தைதான் என்றில்லை. அளவுக்கு அதிகமாக வருமானம் வரக் கூடும் என்கிற எதிர்பார்ப்புடன் செய்யப்படும் தொழில், வியாபாரம், இடம்

வாங்குதல் போன்றவை எல்லாமும்கூட ரிஸ்க் சம்பந்தப் பட்டவைதான். சிலர் எடுக்கலாம். சிலர் எடுக்கக்கூடாது.

அடுத்து எதில் கூடுதல் வருமானம் வரும் என்று பார்த்து முதலீடு செய்ய வேண்டும். அதாவது முதல் நிபந்தனைக்கு உட்பட்ட, அதாவது நாம் எதிர்பார்க்கும் பாதுகாப்பு இருக்கும் முதலீடுகளி லேயே எதில் அதிக வருமானம் வரும்?

அதையும் தேர்ந்தபிறகு அதாவது இரண்டு நிபந்தனைகளுக்கும் உட்பட்ட முதலீடுகளில் எதில், வேண்டும் நேரம் முதலீட்டினைத் திரும்ப எடுக்கும் வாய்ப்பு அதிகம்? அதாவது ஆங்கிலத்தில் அதனை 'லிக்விடிட்டி' என்பார்கள்.

8

தங்கமே தங்கம்...

இரவு உணவு சாப்பிட்டுக் கொண்டே தொலைக்காட்சி செய்திகளைப் பார்க்கும்போது, கடைசியாகச் சொல்லும் விலை நிலவரங்களை நீங்கள் கவனிப்பது உண்டா? தங்கம் மற்றும் வெள்ளி விலை நிலவரங்களைத்தான் சொல்லுகிறேன்.

அன்றைய தினம் கிராம் ஒன்றுக்கு விலை எவ்வளவு ஏறியது அல்லது இறங்கியது என்று சொல்வார்கள். முன் எப்போதும் இல்லாத அளவாக, கடந்த நான்கு ஐந்து வருடங்களில் தங்கம் நன்றாக விலை உயர்ந்து, ஒரு நல்ல வருமானம் தந்த முதலீடாகவே இருந்து வந்திருக்கிறது என்பது உங்களுக்குத் தெரியுமா?

ஒரு கட்டத்தில், கிடுகிடுவென்று உயர்ந்து வந்த பங்குச் சந்தைக்கே ஈடு கொடுக்குமளவு கூட, தங்கத்தின் விலையில் உயர்வு இருந்தது. பின்னே? 2003இல் கிராம் 533 ரூபாய் ஆக இருந்த தங்கம், 2007 நவம்பர் 1ஆம் தேதி கிராம் 1011 என்கிற உச்சத்தினைத் தொட்டது. பின்பு இறங்கியது. 2017ல் கிராம் 2800 ஆக இருக்கிறது. 22 கேரட் அல்ல 24 கேரட்.

இதுதான் தங்கத்தின் குணமா? எப்போதுமே தங்கம் இப்படித்தான் விலை ஏறுமா? இதே அளவு விலை ஏற்றம் இனியும் சாத்தியமா? தங்கத்தில் முதலீடு செய்யலாமா? தங்கம் வாங்குவது முதலீடு ஆகுமா?

நிறைய கேள்விகள்.

நமது நாட்டில் இன்றும் அதிக எண்ணிக்கையிலானவர்கள் தங்கத்தினை ஒரு நகையாகவோ, ஆடம்பரப் பொருளாகவோ பார்ப்பது உண்மை. தங்கம் இன்னமும்கூட, பெரும்பாலானவர்களால் ஒரு முதலீட்டு வாய்ப்பாக பார்க்கப்படவில்லை என்பதும் அதே அளவு உண்மை.

இதில் வேடிக்கை என்னவென்றால், உலகிலேயே மிக அதிகமான அளவு தங்கம் இருப்பதும், வருடா வருடம் தொடர்ந்து அதிக அளவில் இறக்குமதி செய்யப்படுவதும் (ஆண்டுக்கு 750 டன்) இந்தியாவில்தான்.

தங்கத்திற்கு என்று சில தனிப்பட்ட குணங்கள் உண்டு.

முதலாவது, தங்கம் ஒரு சர்வ தேசப் பொருள். அது செல்லுபடியாகாத தேசமே இல்லை. எல்லா நாடுகளிலும் அதனை வாங்குவார்கள். விற்பார்கள். மக்கள் மட்டுமல்ல, எல்லா அரசாங்கங்களுமே டன் கணக்கில் வாங்கி, ஆண்டுக் கணக்கில் பூட்டி வைத்திருப்பார்கள்.

நம்முடைய மத்திய ரிசர்வ் வங்கியிடம் மட்டும் 400 டன் (நாலு லட்சம் கிலோ தங்கம், சவரன் கணக்கில் சொல்வதென்றால் ஐந்து கோடி சவரன்) கையிருப்பாக இருக்கிறது. இது போக, நம் மக்களிடம் 13,000 டன்கள் (பதின்மூன்று லட்சம் கிலோ) தங்கம் இருக்கிறது. உலகத்தில் இருக்கும் தங்கத்தில், இது ஒன்பது சதவிகிதம். அரசிடம் இருப்பதையும் சேர்த்தால் இந்தியாவில் மட்டும் உலக தங்கத்தில் 10.4 சதவிகிதம். பத்தில் ஒரு பங்கு.

நாம் சவரன் என்கிறோம். பவுன் என்கிறோம். ஒரு சவரனோ, ஒரு பவுனோ, அதன் எடை 8 கிராம். உலக அளவில் தங்கத்தின் விலையைச் சொல்லும்போது, 'டிராய் அவுன்ஸ்' கணக்கில் குறிப்பிடுகிறார்கள். ஒரு டிராய் அவுன்ஸ் என்றால் அது கிட்டத்தட்ட 31 கிராம்கள். மிகத் துல்லியமாகச் சொல்வதென்றால் 31.1035 கிராம்கள்.

மக்கள் தங்கம் வாங்குவது சரி. அரசாங்கங்களுக்கு என்ன? அவர்கள் ஏன் வாங்கிக் குவிக்கிறார்கள்? என்று கேட்கலாம். தங்கத்தில் முதல் என்பது, அதன் விலை ஏற்றத்துக்காகச் செய்யப்படுவதைவிட, அதன் பாதுகாப்புத் தன்மைக்காகவே

செய்யப்படுகிறது. எப்போதெல்லாம் போர்கள் நிகழ்கின்றனவோ, அப்போதெல்லாம் தங்கத்தினுள் நுழையும் பணத்தின் அளவு அதிகரிக்கும். காரணம், எல்லாக் காலங்களிலும், எல்லாப் பிரச்னைகளின்போதும், எல்லாத் தேசங்களிலும் அதுதான் பாதுகாப்பான முதலீடாக நம்பப்படுகிறது.

அதேதான் நம்முடைய குறிக்கோளுமாக இருக்கலாம். தங்கத்தில் போடும் பணம் காணாமல் போகாது. மற்ற முதலீட்டு வாய்ப்புகள் போல, அதனால் வருமானம் தர முடியாமல் போகலாம். ஆனால், தங்கத்தில் போடும் முதலுக்கு எப்போதும் பிரச்னை வந்ததில்லை.

தங்கத்துக்கு போர்களுடன் மட்டுமல்ல. எல்லா நிச்சயமற்ற தன்மைகளுடனும் தொடர்பு உண்டு. உலகில் குழப்பமான சூழ்நிலைகள் நிலவும்போதெல்லாம் (இயற்கைப் பேரழிவுகள், தீவிரவாதிகளின் பெரிய தாக்குதல்கள், அச்சுறுத்தல்கள்) தங்கத்தின் கவர்ச்சி அதிகமாகிவிடும். பாதுகாப்பு தேடி ஓடும் பணம் தங்கத்தில்தான் தஞ்சமடையும். தங்கம்தான் சேஃப்.

தங்கத்துக்கு இந்த வகையில் போட்டி என்று பார்த்தால் அமெரிக்காவின் (யு.எஸ்.) டாலர்தான். பல அரசாங்கங்களாலும் யு.எஸ். டாலர் நிறைய சேர்த்து வைத்துக்கொள்ளப்படுகிறது. பல ஆண்டுகளாக தங்கத்திற்கு அடுத்தபடியாக சர்வதேச அளவில் டாலர் முதலீடுதான் சேஃப். டாலர் கையிருப்பு எவ்வளவு என்பதுதான் தேசங்களின் கணக்கு.

டாலருடன் தங்கத்துக்குத் தனி உறவே உண்டு. இவர் வலது என்றால், அவர் இடது பக்கம்.

டாலர் விலை இறங்கினால் தங்கம் விலை உயரும். டாலர் விலை உயர்ந்தால்... தங்கம் விலை இறங்கும். சிலசமயங்களில் தங்கம் விலை ஏறுவதும், டாலர் வீழ்ச்சி அடைந்து வருவதும் இதனாலும்தான். இதனை 'எதிர் உறவு' (Inversely related) என்று சொல்லலாம்.

டாலர் தவிர, இன்னொரு சர்வதேச பயன்பாட்டுப் பொருள் கச்சா எண்ணெய். கச்சா எண்ணெய் விலைக்கும் தங்கத்துக்கும்கூட உறவு உண்டு. இது ஒரே போக்கில் போகும் நேர் உறவு. அவர் சிரித்தால், இவரும் சிரிப்பார். கச்சா எண்ணெய் விலை உயர

உயர, தங்கத்தின் விலையும் உயரும். அவர் இறங்கினால் இவரும் இறங்குவார்.

தங்கத்தின் இன்னொரு உறவு பங்குச் சந்தைகளுடனானது. பங்குச் சந்தைகள் வீழ்ந்தால் தங்கம் விலை உயரும். காரணம் அங்கிருந்து வெளியேறும் பணத்தினை, அதிகம் பாதிக்கப்படாத இடங்களில் முதலீடு செய்ய வேண்டுமென்றால் முதலீட்டாளர்களுக்கு முதல் நினைவு வருவது தங்கம்தான்.

விபரங்கள் சரி. தங்கத்தில் நாம் முதலீடு செய்யலாமா?

எந்த முதலீட்டிலும் மூன்று அம்சங்களைப் பார்க்க வேண்டும். முதலாவது, செய்யும் அந்த முதலீடு பாதுகாப்பானதா? இரண்டாவது அந்த முதலீட்டுக்கு வருமானம் எப்படி? மூன்றாவது, தேவைப்படும் நேரம், அந்த முதலீட்டில் இருந்து வெளியேற முடியுமா?

தங்கம் என்கிற முதலீடு பாதுகாப்பானதே. மற்ற முதலீட்டு வாய்ப்புகளுடன் ஒப்பிட்டுப் பார்க்கும்போது, தங்கத்தில் இருந்து வரக் கூடிய வருமானம் கடன் பத்திரங்கள், வங்கி வைப்புகள்போல நிச்சயமானதும் இல்லை. பங்குச் சந்தைப் பரஸ்பர நிதிகள்போல, நிறைய வாய்ப்பிருப்பதும் இல்லை. வருமானம் வரலாம், வராமலும் போகலாம். விற்பதில் வெளியேறுவதில் பிரச்னையே இல்லை என்பது குழந்தைக்குக் கூடத் தெரியும்.

சரி. நாம் முதலீடு செய்யலாமா, கூடாதா?

நம்மிடம் இருக்கும் முதலீட்டின் மொத்த அளவே குறைவு என்றால், அதைப் பெருக்க வேண்டியது மிக அவசியம் என்றால், தங்கத்தினை நகை என்கிற அளவுடன் நிறுத்திக்கொள்ளலாம்.

மொத்த முதலீட்டுத் தொகை கணிசமானது என்றால், அதனைப் பிரித்துப் போடுவது நல்லது. அந்தச் சந்தர்ப்பத்தில் தங்கத்திற்கு நமது 'போர்ட் போலியோ'வில் நிச்சயம் இடம் கொடுக்க வேண்டும்.

அப்படிப்பட்டவர்கள், அதிலும் சேமிக்க விரும்புபவர்கள், மாதா மாதம் தங்கம் வாங்கலாம். மாதம் 1000 ரூபாய் சேமிக்கிறீர்களா? அரை கிராம் தங்கம் வாங்குங்கள். 2000 ரூபாய் முடியுமா? ஒரு

கிராம். அதற்கும் மேல் என்றால் கேட்கவா வேண்டும்? உங்கள் சாமர்த்தியம். ஜமாயுங்கள்.

'தங்கத்தினை கடைக்குப் போய் வாங்கி, அதுவும் மாதா மாதம் சரி பார்த்து வாங்கி, அதைப் பத்திரமாகப் பாதுகாத்து' என்றெல்லாம் சலித்துக்கொள்ளவே வேண்டாம். இப்போது சுலபமான முறைகள் வந்துவிட்டன. அப்படிப்பட்ட ஒரு சுலபமான மட்டுமல்ல, பாதுகாப்பான ஒரு முறையின் பெயர், 'கோல்ட் பீஸ்'(Gold BeEs). குறைந்தபட்ச முதலீடாக 10000 வைத்திருக்கிறார்கள்.

தேசியப் பங்குச் சந்தையில், தங்கம் வாங்கலாம். ஒரு கிராம் முதல் எத்தனை கிலோக்கள் வரை வேண்டுமானாலும் வாங்கலாம். கனமாகவே இருக்காது. காரணம், வாங்கிய தங்கம் கையில் தரப்பட மாட்டாது. நாம் வாங்கிய தங்கம் நம் கணக்கில் வங்கிக் கணக்குகளில் வரவு வைக்கப்படுவதுபோல வரவு வைக்கப்படும். தொடர்ந்து தங்கம் வாங்கலாம்; விற்கலாம். அவ்வப்போது நடக்கும் விலைகளில்.

அதற்குப் பங்குகளுக்குத் திறப்பதுபோல, ஒரு 'டிமேட்' கணக்கு இருந்தால் போதும். விற்பதும் சுலபமே, பங்குகள் போலவே தான். UTI கோட்டக் மற்றும் பென்ச் மார்க் போன்ற பரஸ்பர நிதி நிறுவனங்கள் இதற்கான திட்டங்களை வைத்திருக்கிறார்கள்.

ஔவையார் கல்விக்குச் சொன்னது, இன்றைக்கு இந்த டிமேட் தங்கத்திற்கும் பொருந்தும். ஆமாம், இது வெள்ளத்தால் போகாது. வெந்தணலால் வேகாது. கள்வராலும் இதனைக் களவாட முடியாது. தங்கம் நம் கணக்கில், பாதுகாப்பாக, எத்தனை வருடங்கள் ஆனாலும், சேதாரம் இல்லாமல் இருக்கும். கொஞ்சம் கூலி உண்டு; செய்கூலி இல்லை. வாங்கு கூலி. வாங்குவதற்கும் விற்பதற்கும் ஒரு கட்டணம், பங்குத் தரகர்களிடம் விசாரித்தால் தெரியும்.

'இது சேமிப்பு என்பது சரிதான். ஆனால், சேர்க்கும்போதே வளரும் சேமிப்பா?' என்று கேட்க மாட்டீர்கள் என்று நினைக்கிறேன். தங்கம் விலை கடந்த மூன்று நான்கு ஆண்டுகளில் என்ன ஆகியிருக்கிறது என்று நமக்குத் தெரியுமே!

9

நிறுவனத்தில் பங்கு

செய்தி கேட்கிறோம். அல்லது பத்திரிகை பார்க்கிறோம். முன்தினம் தங்கத்தின் விலை கிராமுக்கு நாற்பது ரூபாய் ஏறியிருக்கிறது என்று தெரிய வருகிறது. நமக்கு எப்படியிருக்கும்?

நம்மில் சிலருக்குச் சந்தோஷமாக இருக்கும். வேறு சிலருக்கு வருத்தமாக இருக்கும். இதென்ன வேடிக்கை! அதெப்படி, 'தங்கம் விலையேறி விட்டது' என்கிற ஒரே செய்தியை வெவ்வேறு விதங்களாக எடுத்துக்கொள்ள முடியும்?

அப்படித்தான் விஷயம் இருக்கிறது. ஒருவருடைய சந்தோஷங்கள் அல்லது வருத்தங்கள் எவற்றைப் பொறுத்தவை? அவருடைய லாப நட்டங்களைப் பொறுத்தது! ஏற்கெனவே தங்கம் வாங்கி விட்டிருப்பவருக்குத் தொடர்ந்து உயரும் விலைகளால் லாபம். அதனால் வரும் மகிழ்ச்சி. 'தங்கம் வாங்க வேண்டும்', 'வாங்கி விடலாம்' என்று யோசித்துக்கொண்டிருந்து விட்டு, வாங்காமல் இருப்பவர்களுக்கு? உயரும் விலை, தவற விட்ட லாபம் போன்றவற்றால் ஏற்படும் வருத்தம்.

இதே உணர்வுதான் எல்லா சொத்துக்களுக்கும். வீடோ, இடமோ வாங்கிவிட்டவர்கள், அவற்றின் விலை உயர உயர அது 'நியாயம்தான்' என்பதுபோல் பார்க்கிறார்கள். வாங்கத் தவறியவர்களோ, 'என்ன அநியாயம்? இவ்வளவு விலையுயர்வு எல்லாம் ரொம்ப அதிகம்' என்று புலம்புகிறார்கள்.

இத்தனைக்கும் தங்கம் விலை ஏறுவதற்கு சந்தோஷப்படுப வரிடம் எவ்வளவு தங்கம் இருக்கும் என்று நினைக்கிறீர்கள்? அதிகமில்லை. ஐந்து சவரன், பத்து சவரன் வாங்கியிருந்தாலே போதும். விலை உயர்வு மகிழ்ச்சி தந்துவிடும். அதேபோல வாங்கி விற்க அல்ல. குடியிருக்க வீடோ, ஃபிளாட்டோ அல்ல. விலை அதிகரிப்பதற்கு முன்வாங்கியிருந்தால் போதும். அதன் பிறகு நிகழும் ரியல் எஸ்டேட் விலை உயர்வை, திருப்தியுடன் கவனிப்பார்கள்.

தங்கள் வீடு, இடங்கள் மட்டும்தான் சொத்துகளா என்ன? ஏன்? எத்தனையோ பேர் கடைகளை வாங்குகிறார்கள். செழிப்பாக நடைபெறும் வியாபாரங்களை வாங்குகிறார்கள். கணிசமான அளவு வசதி படைத்தவர்கள், தொழிற்சாலைகளையேகூட வாங்குகிறார்கள்.

தங்கமோ, இடமோ, கடையோ, வியாபாரமோ, தொழிற்சாலையோ, எல்லாம் முதலீடுகள்தான். லாபம் பார்ப்பதற்காகச் செய்யப்படும் முதலீடுகள். பலரும் வாங்குகிறார்கள்! லாபம் பார்க்கிறார்கள்.

அது சரி, நாம் வாங்கவில்லை?

'என்னது? நாம் ஏன் தொழிற்சாலைகள் வாங்கவில்லையா? நல்ல கதையாக இருக்கிறதே! நம்மிடம் ஏது சாமி அவ்வளவு பணம்?' என்று யோசிக்கிறீர்களா?

இப்படிக் கேட்பவர்களுக்குப் பங்குச் சந்தை பற்றி இன்னும் கொஞ்சம் தெரியவேண்டியிருக்கிறது என்று சொல்லலாம். பங்குச் சந்தை என்பதே இப்படிப்பட்ட அற்புதமான முதலீட்டு வாய்ப்புதான்.

இந்திய மக்களிடம் இருக்கும் மொத்த தங்கத்தின் அளவு கிட்டத் தட்ட 13,000 டன் (1,30,00,000 கிலோ) என்று ஏற்கெனவே பார்த்தோம். கிராமுக்கு 40 ரூபாய் ஏறினால் நமக்கு ஏன் மகிழ்ச்சியாக இருக்கிறது? நம்மிடமும் ஒரு (சிறு) அளவு இருக்கிறதே அதற்கும் சேர்த்துத் தானே விலை உயர்வு. அதனால்தான் மகிழ்ச்சி.

சென்னையோ, கோவையோ அல்லது கோணாபட்டோ, எல்லா ஊர்களிலும் இடத்தின் விலைகள் உயர்கின்றன. எவ்வளவு சதுர கிலோ மீட்டர் இடங்கள்! அத்தனையும் விலை உயர்கின்றன. நம்மிடம் மிஞ்சி மிஞ்சிப் போனால் எவ்வளவு இடம் இருக்கும்! ஆனாலும் என்ன? விலை உயருகிற பொருளில் ஒன்று சிறு பகுதியேனும் நாமும் வாங்கி விட்டோமல்லவா! அந்த மன

நிறைவுதான். பிறகு? நம் சக்திக்கு ஏற்பத் தானே நம்மால் முதலீடு செய்யமுடியும்? அதைச் செய்துவிட்ட மகிழ்ச்சிதான், திருப்திதான்.

சில சவரன்கள், ஒன்றிரண்டு சதுர(ங்கள்) இடங்கள். இவற்றைப் போலவே, சிறிய அளவுகளில் நிறுவனங்களையும் வாங்கலாம். நம் சக்திக்கு ஏற்ப கொஞ்சம் பணம் முதலீடு செய்து, நன்கு செயல்படும் நிறுவனங்களின் ஓரளவு உரிமை பெறலாம். அதற்குரிய அளவு பணம் கொடுத்தால் கிடைக்கும். யார் கொடுத்தாலும் கிடைக்கும். தடையில்லை எவரும் (பட்டியல் இடப்பட்ட) நிறுவனங்களின் உரிமையை வாங்கலாம். அற்புதமான நிறுவனங்களின் பங்குதாரர் ஆகி விடலாம். இதுதான் பங்குச் சந்தை கொடுக்கும் வாய்ப்பு.

வீடு கட்ட சிமெண்ட் வாங்குகிறோம். விலை அதிகரித்துவிட்டது என்று பேசிக்கொள்ளுகிறோம். சிமெண்ட் நிறுவனத்திற்கு நல்ல லாபம் என்றும் கேள்விப்படுகிறோம். என்ன செய்கிறோம்? அதோடு விட்டு விடுகிறோம்.

வேறு என்ன செய்யலாம்?

அந்தக் கொழுத்த லாபம் ஈட்டும் நிறுவனத்தின் பங்குகளை முடிந்த அளவு வாங்கலாமே!

அவ்வளவு பெரிய நிறுவனத்தின் பங்குகளைப்போய் நான் வாங்குவதா? முடியுமா? என்பது போன்ற தயக்கங்களே வேண்டாம்.

சில ஏற்பாடுகளைச் செய்துகொண்டு விட்டால் (அதற்குரிய டிமேட் கணக்கு, வங்கிக் கணக்கு, வர்த்தகக் கணக்கு போன்ற வற்றை ஆரம்பித்துக்கொள்வது) அந்த நிறுவனத்தின் ஒரு பங்கினை வாங்குவதற்கு வெறும் 1000, 1500 ரூபாய்கள் கூடப் போதும். வாங்க முடியும். பலரும் வாங்குகிறார்கள். L & T நிறுவனத்தின் ஒரு பங்கு விலை 1200; TTC ரூ.385, டாடா ஸ்டீல் ரூ. 560, ஹிண்டால்கோ ரூ. 210, பாரதி ஏர்டெல் ரூ.400.

இவற்றை நம்மால் வாங்க முடியாதா? எவ்வளவு பணம் இருக்கிறதோ, அதில் போட விரும்புகிறோமோ அவ்வளவு பணத்திற்குப் பங்குகள் வாங்கலாம்.

மேலே பார்த்த சில நிறுவனங்கள் மட்டும்தான் வாங்க முடியுமா? யார் சொன்னது? எந்த (பப்ளிக் லிமிடெட் & லிஸ்டட்) நிறுவனங்களின் பங்குகளை நாம் வாங்கலாம். மற்ற எவரைப் போலவும் நமக்கும் அந்த உரிமை இருக்கிறது.

இன்போசிஸ் வாங்கலாம். விலை 985 சொச்சம். மாருதி கார்கள் தயாரிக்கும் மாருதி உத்யோக் நிறுவனத்தின் பங்குகளை வாங்கி வைத்துக்கொள்ள விருப்பமா? ஓ தாராளமாக வாங்கலாம். இந்தியா பங்கு விலை ரூ. 7850.

அசோக் லேலண்ட் ரூ. 105, பாட்டா (ஷூ கம்பெனி) ரூ. 560.

இப்படியாக, பிரிட்டானியா (பிஸ்கெட் நிறுவனம்), கோல்கேட், ஹீரோ ஹோண்டா, டி.வி.எஸ். மோட்டார் என்று 5000க்கும் அதிகமான நிறுவனங்களின் பங்குகள் விலைக்குக் கிடைக்கின்றன. வேண்டியவர்கள் வாங்கிக்கொள்ளலாம். அதன் மூலம் அப்படிப் பட்ட நன்கு லாபம் ஈட்டும் புளுசிப் நிறுவனங்களில் நாமும் முதலீடு செய்யலாம்.

நாம் வாங்கும் நிறுவனங்கள் லாபம் செய்யும். லாபத்தினை முதலீட்டாளர்களுக்குப் பகிர்ந்து கொடுக்கும். அந்த டிவிடெண்ட்டுக்காகவே பங்குகள் வாங்குபவர்கள் இருக்கிறார்கள். மிக அதிக லாபம் செய்யும் காலம், நாம் வாங்கிய பங்குகளுக்கு இணையாக, கூடுதல் பங்குகளை இலவசமாகவே (போனஸ் பங்குகள்) நிறுவனங்கள் வழங்கும்.

அந்த நிறுவனம் லாபம் செய்தால் நல்லதுதான். தவறி நட்டம் செய்தால் அது நம்மைப் பாதிக்காதா? பாதிக்கும்தான். நாம் வாங்கிய அளவுக்கு மட்டுமே - அதாவது நாம் வாங்கிய பங்கின் விலை குறையலாம். நட்டம் அந்த அளவுக்கு மட்டுமே. லாபமோ நட்டமோ நாம் வாங்கும் பங்குகளின் அளவுக்கு மட்டுமே.

நல்ல நிறுவனங்களாகத் தேர்வு செய்து அவற்றின் பங்குகளை இயன்ற அளவு வாங்கிவிட்டு, ஆண்டுக் கணக்கில் வைத்திருந்தவர்கள், நல்ல லாபம் பார்த்திருக்கிறார்கள். அந்த நிறுவனங்களைப்போலவே, நிறுவியவர்களைப் போலவே.

பல பெரிய முன்னணி நிறுவனங்களின் பங்குகளை வாங்கலாம் போலத்தான் தெரிகிறது என்று தோன்றுகிறதா? ஆனாலும், பங்குச் சந்தை பற்றி அதிகம் தெரியாத நிலையில் வாங்கக்கூடிய நிறுவனத்தை எப்படித் தேர்வு செய்வது? தவிர முன்பு, தொடர் முதலீடான எஸ்.ஐ.பி. திட்டம் பற்றிப் பார்த்தோமே! அதனை பங்குச் சந்தையில் பயன்படுத்துவது பற்றி மேலும் தெரிந்து கொண்டால் உதவியாக இருக்குமல்லவா?

10

பங்குச் சந்தையும் ரிஸ்க்கும்

யார் எவ்வளவு ரிஸ்க் எடுத்து, எப்படி முதலீடு செய்யலாம்?

வயதானவர்கள் அதிக ரிஸ்க் எடுக்கக் கூடாது. சின்ன வயதுக்காரர்கள் ரிஸ்க்கே எடுக்காமல் இருக்க வேண்டாம். இது பொது விதி. இதில் விதி விலக்குகளும் உண்டு. சிலருக்கு வயதாகாவிட்டாலும் கூட, அவர்கள் ரிஸ்க் எடுக்கக் கூடாது. வேறு சிலருக்கு வயதானாலும்கூட அவர்கள் விரும்பினால், கொஞ்சம் ரிஸ்க் எடுக்கலாம். இவை அவரவருக்கு இருக்கும் பணத்தின் தேவைகளைப் பொறுத்தது.

அவர் ஜானகிராமன் என்று வைத்துக்கொள்ளுவோம். அவர் வயது முப்பதிற்குள்தான். எல்லா இடங்களும் விலை ஏறிக்கொண்டிருக்க, வேலூருக்குப் பக்கத்தில் ஒரு இடம் பார்த்திருக்கிறார். நல்ல இடம். விலை பத்து லட்ச ரூபாய். மற்ற பல இடங்களில் முதலீடு செய்திருந்த சேமிப்புகளை எல்லாம் திரட்டினர். கிட்டத்தட்ட ஏழு லட்ச ரூபாய் தேறியது. இன்னும் மூன்று லட்சம் வேண்டும். இடத்தினை விற்பவர், 'சரி போகிறது, எல்லாவற்றையும் முழுவதுமாக மூன்று மாதத்திற்குள் கொடுத்து பதிவு செய்துகொள்ளுங்கள்' என்று 'டைம்' கொடுக்க ஜானகிராமன் உற்சாகமானார்.

எப்படியும் தேவைப்படும் மீதப் பணத்தினை மூன்று மாதங்களில் புரட்டி விடலாம் என்கிற நம்பிக்கை வந்தது. 'சேம நல நிதியில்

இருந்து ஒரு லட்சம்வரை எடுக்கலாம். மீதம் இரண்டு லட்ச ரூபாயை, கடன் வாங்கிச் சமாளித்துக்கொள்ளலாம். விடவே கூடாது. இப்படிப்பட்ட இடம் பின்னால் இந்த விலைக்குக் கிடைக்காது.' என்று திட்டமிட்டார்.

திட்டமிட்டபடி, கையில் எட்டு லட்சம் வந்தாயிற்று. 'அதை அப்படியே, முதல் தவணையாக ரியல் எஸ்டேட்காரரிடம் கொடுத்து விடுங்கள். பிறகு கடனுக்கு ஏற்பாடு செய்யுங்கள். பதிவு நாளுக்கு முன்பாக கடனை வாங்கிக் கொடுத்து இடத்தைப் பதிவு செய்து கொண்டு விடலாம்' என்றாள் மனைவி.

கேட்டுக் கொண்டார் ஜானகிராமன். செயல்படுத்தவும் நினைத்தார். இதெல்லாம் நடந்தது கடந்த ஆண்டின் டிசம்பர் மாத ஆரம்பத்தில். அவருடைய நண்பரிடம் திட்டத்தினைப் பகிர்ந்து கொண்டு, எவரிடம் கடன் வாங்கலாம் என்று ஆலோசனை கேட்க, நண்பர் சொன்னது வேறு ஒரு புதிய யோசனை.

'எதற்காக நீ கடன் வாங்க வேண்டும். கடன் வாங்காமலேயே அந்த இடத்தை நீ வாங்குகிறாய்.'

'என்ன விளையாடுகிறாயா? குறைவது ஆயிரம் இரண்டாயிரம் அல்ல. இரண்டு லட்ச ரூபாயப்பா!'

'இருக்கட்டுமே. இப்போது உன் கையில் எவ்வளவு இருக்கிறது?'

'கையில் இருக்கிறதா? 2 லட்சம் குறைகிறது என்கிறேன். நீ என்னடா என்றால்...!'

'அது தெரியும். இடத்திற்குக் கொடுப்பதற்காக எவ்வளவு இருக்கிறது?'

'அட்வான்ஸ் ஐந்து லட்சம் கொடுத்தது போக, மீதம் மூன்று லட்சம்.'

'இருக்கிறதல்லவா?'

'ஆமாம்.'

நண்பர் சொன்ன யோசனை இதுதான்.

'இப்போது பங்குச் சந்தை நன்றாக இருக்கிறது. தினம் தினம் ஏறுகிறது. உனக்கோ இன்னும் மூன்று மாதம் டைம் இருக்கிறது. கையில் இருக்கும் பணத்தினை மூன்று மாதத்துக்குப் பங்குச்

சந்தையில் முதலீடு செய்யலாம். அதில் நிச்சயம் லாபம் கிடைக்கும். உடன் விற்றுவிட்டு, கிடைக்கும் லாபத்தினைக் கொண்டு கடன் இல்லாமலேயே இடத்தினை நீ வாங்குகிறாய்.'

ஜானகிராமனுக்குக் கேட்பதற்கு சந்தோஷமாக இருந்தது. 'இடம் எப்படியும் வாங்க வேண்டும். கடன் இரண்டு லட்சம் வாங்கினால் அதற்கு வட்டி கட்ட வேண்டும். தவிர இரண்டு லட்சம் கடன் என்பது ஒரு சுமைதானே. பங்குச் சந்தையில் நல்ல லாபம் கிடைப்பதாக எல்லோரும் சொல்லிக்கொள்கிறார்கள். நிரந்தரமாக வேண்டாம். சுமார் ஒரு மூன்று மாதம்தானே! ஒரு 'ரொடேஷன்' செய்துவிட்டு, லாபம் கிடைத்ததும் வெளியில் வந்துவிடலாம். அட! கடன் வாங்காமல் இடம்'

இதுதான் ஜானகிராமனின் எண்ணம். பங்கு வர்த்தகக் கணக்கு திறந்தார்கள். முதலில் ஒரு லட்சத்துக்குத்தான் வாங்கினார்கள். ஒரு மாதம் போனது. வாங்கிய பங்குகள் விலை உயர்ந்தன. 'அடடா! விட்டு விட்டோமே! எல்லாப் பணத்தினையும் போட்டிருந்தால் எவ்வளவு லாபம் கிடைத்திருக்கும்!' ' என்று மீதமிருந்த இரண்டு லட்சத்திற்கும் ஆக்ரோஷமாக வாங்கினார்கள். இடத்தினைப் பதிவு செய்துகொள்ள இன்னும் தான் டைம் இருக்கிறதே என்று. விலை உயர்ந்தாலும், பங்குகளை விற்காமல் விட்டு வைத்தார்கள்.

செய்திகள் வந்தன. அமெரிக்கப் பொருளாதாரத்தில் பிரச்னை என்று. அன்னிய முதலீட்டாளர்கள் விற்கிறார்கள் என்று. ஜானகிராமனுக்குப் புரியவில்லை. நம்மூர் பங்குச் சந்தைகள் வீழ்வதைப் பார்த்தார். ஜனவரி 21 மற்றும் 22 ஆம் தேதிகளில் மும்பை பங்குச் சந்தையும், தேசியப் பங்குச் சந்தையும் பெரிய வீழ்ச்சி அடைந்தன. அதன் பிறகு தொடர்ந்து இறங்கு முகம்தான். ஜானகிராமன் பங்குகள் வாங்கியிருந்தது மொத்தம் மூன்று லட்சத்துக்கு. அவற்றின் மதிப்பு வெறும் இரண்டு லட்ச ரூபாயாகச் சரிந்தது. சுளையாக ஒரு லட்சத்தினைக் காணோம்.

'வாங்க வேண்டாம்' என்று திட்டமிட்டிருந்த கடன் இரண்டு லட்சத்தினையும் வாங்கினாலும் இனி போதாதே! இன்னும் கூடுதலாக ஒரு லட்சம் கடன் வாங்க வேண்டும் போல் இருக்கிறதே! ஜானகிராமனால் மனைவியிடம்கூட இது பற்றிச் சொல்லி அழ முடியவில்லை. 'போச்சு, போச்சு, சிரமப்பட்டு சேமித்து வைத்திருந்த பணம் லட்ச ரூபாய், காற்றில் போனது மாதிரி போய்விட்டதே!' - மனத்துக்குள்ளாகவே அரற்றினான்.

'பயப்பட வேண்டாம். வாங்கியிருப்பவை எல்லாம் நல்ல பங்குகள்தான். பொறுத்திருப்போம். மீண்டும் பங்குச் சந்தை நன்றாக வரும்' என்றான் நண்பன். எங்கே பொறுப்பது? இடத்தினைப் பதிவு செய்தாக வேண்டுமே. வந்த விலைக்கு விற்று விடுங்கள்' என்றான் ஜானகிராமன். காரணம் பங்குச் சந்தை இன்னும்கூட அதிகமாக, வீழ்ச்சி அடையலாம் என்று இன்னொரு நண்பன் சொல்லியதுதான். விற்றார்கள். நட்டத்தைக் கையில் பிடித்தார்கள்.

ஜானகிராமன் செய்ததில் எது சரி? எது தவறு? பங்குச் சந்தைக்கு வந்ததே தவறா?

இல்லை. அவருடைய முதலீட்டு அணுகுமுறை தவறு. முக்கியத் தேவைக்கு என்று வைத்திருக்கும் பணத்தினைப் பங்குச்சந்தைக்குக் கொண்டு வந்தது அவருடைய தவறு. இங்கே குறுகிய காலத்தில் லாபம் என்பது சாத்தியம்தான். ஆனால், நிச்சயமில்லை (Possible but not certain) அதுதான் நடந்திருக்கிறது. நான்கு ஐந்து வருடங்களாக சந்தை நன்றாகத்தான் இருந்தது. இப்படி விழுந்தது யாரும் எதிர்பாராதது என்றெல்லாம் சொல்லலாம். ஆனால், இந்த முதலீட்டின் குணாதிசயமே இதுதான். அதனால்தான் இது அதிக ரிஸ்க் உடையது என்பது. அடுத்து ஐந்து வருடம்வரை தேவைப்படாத பணம் என்று இருக்குமானால், அவர் இந்த இறக்கத்துக்குக் கவலைப்பட வேண்டியது இருக்காது. அதற்குள் நிச்சயம் நல்ல பங்குகள் மீண்டும் எழுந்துவிடும். அதற்கும் முன்பாகவே விலைகள் உயரலாம். ஆனால், உடனடியாக உயருமா என்றால், அதனால் சில சமயங்களில் முடியாது. அது போன்ற ரிஸ்க் இருக்கும் முதலீடு பங்குச் சந்தை.

ஜானகிராமன் எடுத்தது பெரிய ரிஸ்க். அவருக்கு வயது குறைவாக இருக்கலாம். ஆனாலும் இந்த ரிஸ்க் ஜானகிராமனைப் பொறுத்தவரை தவறுதான். காரணம், ரிஸ்க் தனக்கிருக்கும் தேவைகளைப் பொறுத்தும்தான் எடுக்கப்பட வேண்டும். விட்டு வைக்கக்கூடிய பணம், உடனடியாகத் தேவைப்படும் பணத்திற்குத்தான் ரிஸ்க் எடுக்கலாம்.

மகன், மகளைப் படிக்க வைக்கவேண்டிய பணம், வீடு கட்ட வைத்திருக்கும் பணம், மருத்துவச் செலவிற்கு வைத்திருக்கும் பணம் போன்றவற்றை ரிஸ்க் அதிகமில்லாத முதலீட்டில் மட்டு மல்ல, உடனடியாக எடுக்கக்கூடிய இடமாகவும் பார்த்துத்தான் முதலீடு செய்ய வேண்டும்.

11

சிஸ்ட்டமேட்டிக் இன்வெஸ்ட்மென்ட் பிளான்

'கடைக்காரரே! ஒரு ரூபாய் தக்காளி, ஒரு ரூபாய் வெங்காயம். ஐம்பது பைசா பச்சை மிளகாய் கொடுங்க.'

'இந்தா புடிம்மா.'

'ஒரு ரூபாய் தக்காளி கேட்டா, ஒரு தக்காளி தர்றீங்களே! என்ன, நினைப்பு எங்க இருக்கு?'

'நான் சரியான நினைப்பிலதாம்மா இருக்கேன். உனக்குத்தான் தக்காளி விலை தெரியலை. இன்னைக்கு கிலோ என்ன விலை தெரியுமா?அறுபது ரூபாய்.

'கிலோ அறுபது ரூபாயா? அநியாயமா இருக்கே! என்ன விலையோ? என்ன பிரச்னையோ? சரி வுடு, மவராசன் ஒண்ணாவது கொடுத்தியே!'

போகிற வழியில் முணுமுணுத்துக் கொண்டே போகிறார் நீலா. 'நேத்து ஒரு ரூபாய்க்கு மூணு கொடுத்தார். இன்னைக்கு அதே ஒரு ரூபாய்க்கு ஒண்ணு தானாம். விலை. அதிகமாம்ல - ம்ம்.'

சித்தாள் வேலை செய்யும் நீலா எப்போதும் அப்படித்தான். தக்காளி விலை அதிகமானாலும் இறங்கினாலும் அவர்

வாங்குவது என்னவோ ஒரு ரூபாய்க்குத்தான். என்ன? விலை குறைந்திருக்கும் தினங்களில் இரண்டோ, மூன்றோ கிடைக்கும். சந்தோஷமாக குழம்பில் போடுவார். விலை உயர்ந்த தினங்களில், 'இன்றைக்கு ஒன்றுதானா? சரி கொடு' என்று அதையும் வாங்கிக்கொள்ளுவார்.

அவரைப் பொறுத்தவரை, விலை உயர்ந்தாலும் தாழ்ந்தாலும் தக்காளிக்காக செலவழிப்பது என்னவோ, தினம் ஒரு ரூபாய்தான்.

சிஸ்டமேட்டிக் இன்வெஸ்ட்மெண்ட் பிளான் (SIP) என்பதற்கும், நீலா தக்காளி வாங்குவதற்கும் நிறைய ஒற்றுமைகள் இருக்கின்றன. வித்தியாசம் அதிகமில்லை. தக்காளி அழுகும். எஸ்.ஐ.பி.யில் (SIP) வாங்கும் பங்குகள் அழுகாது. அவ்வளவுதான்.

பங்குச் சந்தை அனுபவம் சிலருக்கு இல்லவே இல்லை. கிடைக்கப் பெற்றவர்களில் சிலருக்கு, அது மகிழ்ச்சி தரவில்லை. காரணம், எல்லோரும் வாங்குகிறார்களே, சொல்லுகிறார்களே என்று பங்குகளை வாங்கினால், அவர்கள் வாங்கிய பிறகு விலை இறங்கியது.

'சரி வாங்கியது தவறாகிவிட்டது. இனி எதுவுமே வாங்க வேண்டாம்' என்று விட்டுவிட்டால், சொல்லி வைத்ததுபோல, பங்குகளின் விலைகள் அதன் பிறகு கடுமையாக உயருகின்றன. 'அடடா இன்னும் கொஞ்சம் வாங்கியிருக்கலாமோ?' என்று வருத்தப்படவைக்கின்றன.

என்ன செய்வது? எப்போதுமே பங்கு விலைகள் இப்படித்தான். அடிக்கடி ஏறியும் இறங்கியும் அலைக்கழிக்கின்றன. ஆனாலும், பங்குச் சந்தை தரும் வாய்ப்புகளையும் விட மனதில்லை. இதைச் சமாளிப்பது எப்படி? என்ன செய்யலாம்?

பங்குச் சந்தையில் முதலீடு செய்வது என்று முடிவு செய்து விட்டவர்கள் இரண்டு வழிகளில் பங்குச் சந்தையில் முதலீடு செய்யலாம்.

முதலாவது கையில் கணிசமாக பணம் இருக்கும்போது, அந்த அளவுக்குப் பங்குகள் வாங்குவது. அப்படி ஒருமுறை 'லம்ப்' ஆக முதலீடு செய்வது.

இரண்டாவது வகை, நீலா தக்காளி வாங்கியதுபோல தொடர்ச்சி யாக ஒரு குறிப்பிட்ட அளவு பணத்திற்கு மட்டும் கொஞ்சம் கொஞ்சமாக, ஆனால் தொடர்ந்து பங்குகள் வாங்குவது.

ஒருமுறை, கணிசமாக வாங்குவதற்கும், தொடர்ச்சியாக பல தவணைகளில், சிறிய தொகைகளுக்கு வாங்குவதற்கும் இடையே என்ன வித்தியாசம்? என்று கேட்கலாம்.

நாம் பங்குகள் வாங்கும் நேரம், சந்தையில் விலை குறைந்திருந்தால், கணிசமாக வாங்கும் முறை நல்லது. மாறாக, நாம் வாங்கப் போகும் நேரம் விலைகள் உயர்ந்திருந்தால், மொத்தப் பணத்திற்கும் அந்த நேரம் வாங்குவது, புத்திசாலித்தனம் இல்லை.

இருக்கும் நிலைமைகளைப் பார்த்தால், வருங்காலத்தில் சில நிறுவனங்கள் நன்றாகத்தான் செயல்படும். நல்ல லாபம் ஈட்டும் என்பது போலத்தான் சொல்ல முடியுமே தவிர, எந்த நேரம், எந்த நாள், பங்குகள் விலை உயரும்? எதனால் எப்போது இறங்கும் என்று நாள் குறித்து எவராலுமே சரியாகக் கணித்துச் சொல்ல முடியாது!

அதனால் எவராலும் எப்போது பங்குகளை வாங்கலாம் என்கிற முடிவினை எடுக்க முடிவதில்லை. இதனைச் சமாளிக்க சுலபமான வழி. ஒரு நல்ல நிறுவனம் நடத்தும் எஸ்.ஐ.பி.யில் (SIP) சேர்ந்து மாதா மாதம் ஐநூறோ, ஆயிரமோ கட்ட வேண்டியதுதான்.

அப்படிச் சேர்ந்துவிட்டால், நீலா தினம் ஒரு ரூபாய் தக்காளி வாங்கியது போல, நமக்காக நாம் கட்டும் *500* ரூபாய்க்கோ, *1000* ரூபாய்க்கோ, அந்த நிறுவனம் பங்குகள் வாங்கும். அதன் உரிமைகளை நமக்கு யூனிட்டுகளாகத் தரும் (எஸ்.ஐ.பி.யில் அதனை யூனிட்டுகள் என்பார்கள்).

குறைந்திருக்கும் காலங்களில் ஒரு ரூபாய்க்கே கூடுதல் எண்ணிக்கை தக்காளி கிடைப்பதுபோல, பங்குச் சந்தை இறங்குகிற காலங்களில், கூடுதல் யூனிட்டுகளும், பங்குகளின் விலை உயரும் காலம் குறைவான யூனிட்டுகளும் நம் கணக்கில் வரவு வைக்கப்படும்.

சேமிக்கிறோம் சரி. சேமிக்கிற பணத்திற்குப் பங்குகள் போன்ற யூனிட்டுகள் கொடுக்கிறார்கள். அதுவும் சரி. சேர்ந்த யூனிட்டு களை எப்போது விற்பதாம்? விற்று காசு பார்ப்பதாம்?

விற்பதா? ஒரு குரங்குக் கதை தெரிந்திருக்குமே!

'உன்னால் எதையுமே உருப்படியாகச் செய்ய முடியாது. அதனால்தான் 'குரங்கு புத்தி' என்கிறார்கள் என்று சொன்னதற்கு, ஒரு குரங்கிற்கு ரோஷம் பொத்துக்கொண்டு வந்துவிட்டதாம். 'யாரையடா சொன்னாய்? அடா!' என்று சொல்லி, 'எங்கே ஏதாவது ஒரு வேலையை என்னிடம் கொடுத்துப் பாருங்கள்!' என்று சவால் விட்டதாம்.

'அப்படியா! சரி, இந்தா இந்தச் செடியை நட்டு, நன்கு வளர்த்துக் காட்டு பார்ப்போம்' என்று சொல்ல, செடியை வாங்கிக்கொண்டு போய், அழகாகவே நட்டதாம் அந்தக் குரங்கு.

'அட பரவாயில்லையே! இது கொஞ்சம் வித்தியாசமான குரங்கு போலத்தான் தெரிகிறது' என்று கவனித்துப் பார்க்க, குரங்கு நட்டு வைத்த செடிக்குப் பக்கத்திலேயே, கால்களைப் பரப்பிக் கொண்டு அக்கறையுடன் உட்கார்ந்து கொண்டதாம். சற்று நேரம் போக, சவால் விட்டவர்களுக்கு ஆச்சரியம் மேலும் அதிகமானது.

இன்னும் சிறிது நேரம் போக, திடீரென குரங்கு அந்தச் செடியைப் பிடுங்கி உயரத் தூக்கிப் பிடித்து, செடியை உற்றுப் பார்த்ததாம். 'அடடா! என்ன செய்கிறாய்?' என்று கேட்டதற்கு, 'ஒன்றுமில்லை, செடி எவ்வளவு தூரம் வளர்ந்திருக்கிறது என்று பார்த்தேன்' என்றதாம் அந்தக் குரங்கு.

பங்குகளை, குரங்கு செடி வளர்த்ததுபோல, வாங்குவதும் விற்பதுமாக இருந்தால், முதலீடு வளராது. எஸ்.ஐ.பி.யின் (SIP) பலமே, அதனை நீண்ட காலத்திற்கு விட்டு வைப்பதுதான். அப்போதுதான் அது நின்று வளரும். கணிசமான பலன் தரும்.

குழந்தைகளின் படிப்பு, திருமணம், ஓய்வு காலத்திற்கான சேமிப்பு போன்றவற்றைச் செய்ய, இந்தச் சேமிப்பு முறை சிறந்தது. 5, 10, 15, 20 வருடங்களுக்குத் தொடர்ந்து இந்த வகையில் சேமித்தால், மிகவும் கணிசமான தொகையினைப் பெற முடியும்.

மாதா மாதம் நமது சக்திக்கு ஏற்றபடி 500 அல்லது 1000 ரூபாய் சேமிக்க, வருடத்துக்கு 6000 அல்லது 12000 சேமித்ததாகவும் ஆகிவிடும். அதே சமயம் அதைத் துரித வளர்ச்சி காண பங்குச் சந்தையில் அவ்வப்போதே முதலீடு செய்ததாகவும் ஆகிவிடும்.

யோசனை நன்றாக இருப்பதுபோலத்தான் தெரிகிறது. ஆனாலும், பாடுபட்டுச் சம்பாதித்த பணத்தை, செலவைக் கட்டுப்படுத்தி சேமித்த பணத்தைப் பங்குச் சந்தையிலா போடுவது? அதுதான் பயமாக இருக்கிறது என்று சிலருக்குத் தோன்றலாம்.

பங்குச் சந்தையில் இருக்கும் பிரச்னைகள் என்ன? ஏன் அதற்குள் வருவதற்கு இன்னும்கூட சிலர் தயங்குகிறார்கள்?

பிரச்னைகளை - சந்தேகங்களை மொத்தம் மூன்று வகைகளாகப் பிரிக்கலாம்.

1. ஒரு நேரம் பங்குகளின் விலை உயருகிறது. இன்னொரு நேரம் விலைகள் வீழ்கின்றன. நமக்கு ஏதும் புரியவில்லை.

2. ஆசை காரணமாகவும் பயம் காரணமாகவும் முதலீட்டை அதிக நாட்கள் விட்டுவைக்க முடியவில்லை.

3. இதில் போடும் சேமிப்பு பெருகுமா? அல்லது பங்குச் சந்தையின் பிரச்னைகள் காரணமாக போட்ட பணமே காணாமல் போய் விடுமா?

இவைதான் இதுவரை பங்குச் சந்தைப் பக்கம் தலை வைத்துக் கூடப் படுக்காதவர்களின் சந்தேகங்கள்.

பங்குச் சந்தை பலரும் நினைப்பதுபோல அவ்வளவு பயங்கர மானதா? பங்குச் சந்தையில் இருந்து நிலையான வருமானம் பார்க்கவே முடியாதா?

12

தொடர் முதலீடு முறையில் பங்குகள் வாங்குவது

நீங்கள் மோதிரம் அணிந்திருக்கிறீர்களா? அல்லது கழுத்தில் தங்கச் செயின் போட்டிருக்கிறீர்களா? அதை வாங்கி சுமாராக எத்தனை வருடங்கள் இருக்கும்? மோதிரம், சங்கிலிபோல இன்னும் சில பல ஆபரணங்கள் உங்களிடமோ, உங்கள் வாழ்க்கைத் துணையிடமோ இருக்கும்.

அவையெல்லாம் உங்களிடம் எத்தனை ஆண்டுகளாக இருக்கின்றன? நீங்கள் குடியிருக்கும் வீடு அல்லது பிளாட், உங்களுக்கோ, உங்கள் பெற்றோருக்கோ சொந்தம்தானே! அதை வாங்கி எவ்வளவு காலம் ஆகிறது? நிலம், இடம் போன்ற இன்னும் சில சொத்துக்களும்கூட உங்களிடம் இருக்கலாம்.

அவற்றை வாங்கியும் பல ஆண்டுகள் ஆகியிருக்கலாம். அல்லது இப்போதுதான் வாங்கியிருக்கிறீர்கள் என்றால், இன்னும் பல ஆண்டுகளுக்கு நீங்கள் இவற்றை விற்கப் போவதில்லை. காரணம். அவை சொத்துக்கள். அவற்றை வாங்கி, விற்று அதன் மூலம் உடனடி லாபம் பார்க்க நினைப்பதில்லை.

அப்படி பல காலம் வைத்திருக்கக்கூடிய சொத்துகள் என்கிற பட்டியலில், தாராளமாகப் பங்குகளையும் சேர்த்துக்கொள்ளலாம். பார்க்கப் போனால், அப்படிப்பட்ட பங்குகளை வாங்கி நீண்ட

காலம் வைத்துக்கொள்வது என்கிற அணுகுமுறையுடன் வாங்கினால், பங்குச் சந்தைக்கே உரியதான சில தனிப்பட்ட (பிரத்யேக - பெக்யுலியர்) பிரச்னைகளைத் தவிர்க்க முடியும்.

யானையை குருடர்கள் பார்த்ததுபோல, சிலர் அதன் வாங்கி விற்கும் 'டிரேடிங்' வாய்ப்புகளுக்கு மட்டும் முக்கியத்துவம் கொடுத்து, அதன் மூலம் பணம் இழந்து பங்குச் சந்தையே நம்ப முடியாதது என்று நினைக்கிறார்கள்.

பங்குச் சந்தை என்பதை நன்றாக நடக்கும் நிறுவனங்களில் செய்யக் கூடிய முதலீடாக, நம்முடைய சேமிப்பினை வளர்ப்பதற்காகச் செய்யும் ஒரு முதலீட்டு வாய்ப்பாகவும் பார்க்கலாம். இதுதான் யானையைத் தள்ளி நின்று அதன் முழு உருவத்தினையும் பார்ப்பது. அதற்கு முக்கியமாக, நிதானம் (என்ற கண்) வேண்டும். உடனடியாக மிக அதிகமான லாபம் என்று பார்க்காத நிதானம்.

நாம் முதலீடு செய்யும் நிறுவனங்கள், சிறப்பாக வியாபாரம் செய்து லாபம் ஈட்ட, அந்த லாபம் பங்குதாரர் ஆகிய நமக்கும் பலவிதங்களில் வந்து சேரும்.

ஆக, பங்குச் சந்தையில் முதலீடு என்பது சிறப்பாக வியாபாரம்/ தொழில் நடத்தும் நிறுவனங்களின் பங்குகளை வாங்குவது.

இன்றைக்கு இந்தியா பொருளாதார ரீதியாக வேகமாக வளரும் தேசம். உலகிலேயே மிக அதிகமான வளர்ச்சி காணும் நாடுகளின் வரிசையில் இரண்டாவது இடத்தில் இருக்கிறோம். நமக்கு முன்னே சீனா மட்டுமே. 2017ல் இந்தியா மொத்தமும் (GDPயில்) ஆண்டுக்கு 7.5 சதவிகிதத்திற்கும் மேல் வளருகிறது.

சுதந்திரம் பெற்ற பின் 43 ஆண்டுகளாக மூன்றரை, நாலு சதவிகிதம் மட்டுமே வளர்ந்துகொண்டிருந்த நாடு, அதுவும் கிட்டத்தட்ட 130 கோடி மக்கள் இருக்கும் நாடு, கடந்த 25, 30 ஆண்டுகளாக வேகமாக வளர்ச்சி கண்டு வருகிறது.

என்ன காரணம்? பல ஆண்டுகளாக செய்தவற்றின் பலன்கள் இப்போது தெரிய ஆரம்பித்திருக்கின்றன. கல்வி, வேலை வாய்ப்புகள் முதலியவை பெருகி வருவதால், மக்கள் சம்பாதிக்கிறார்கள். அதை விட முக்கியமாக அதனை இங்கே செலவும் செய்கிறார்கள்.

செலவு என்பது பொருளாதாரத்தில் நல்ல வார்த்தை. மக்கள் செய்யும் செலவு என்பது, பல பொருள்களுக்கும் சேவைகளுக்குமான தேவைகளை அதிகப்படுத்தும் நடவடிக்கை. அதனால் வியாபாரம் பெருகும். அதனால் தொழில் வளர்ச்சி.

இப்படியாக, சங்கிலித் தொடர் போன்ற பொருளாதார பெருவளர்ச்சி ஆரம்பித்திருக்கும் நேரம் இது. இந்தியாவின் இந்த வளர்ச்சி இன்னும் பல ஆண்டுகளுக்குத் தொடரும் என்கிறார்கள் பொருளாதார நிபுணர்கள். காரணம், சீனா உட்பட, வேறு எந்த நாட்டினையும் விட, இங்கே வயது குறைந்தவர்களின் எண்ணிக்கை அதிகம். 30 வயதுக்குக் கீழ் இருப்பவர்களின் எண்ணிக்கை மட்டுமே கிட்டத்தட்ட 60 கோடி. எல்லாம் வளம் சேர்க்கும் 'மக்கட் செல்வம்' (Human Resources).

இப்படிப்பட்ட நேரத்தில் வியாபாரமோ, தொழிலோ செய்பவர்கள் நல்ல லாபம் ஈட்டுகிறார்கள். வியாபாரம் அல்லது தொழிலைப் பெரிய அளவுகளில் நிறுவனங்களாக நடத்தினால் அவைதான் 'கார்பரேட்'கள்.

அந்த நிறுவனங்களில் பல பப்ளிக் லிமிடெட் நிறுவனங்கள். அதாவது பங்குச் சந்தையில் வாங்கக் கிடைக்கும் நிறுவனங்கள்.

இப்படி எவரும் வாங்கக்கூடிய பட்டியலிடப்பட்டுள்ள (லிஸ்டட்) நிறுவனங்களின் எண்ணிக்கை 5000க்கும் மேல். அவற்றில் கோடிக்கணக்கானவர்கள் முதலீடு செய்துள்ளார்கள்.

இவை தவிரவும், இன்னும் ஏராளமான நல்ல முதலீடு செய்யத்தக்க நிறுவனங்கள் நிறையவே இருக்கின்றன. விபரம் தெரிந்தவர்களைக் கேட்டால் சொல்லுவார்கள்.

> தேசப் பொருளாதாரம் நன்கு இருக்குமென்றால்
> குறிப்பிட்ட தொழில் நன்றாக நடக்குமென்றால்
> குறிப்பிட்ட நிறுவனம் சரியாகச் செயல்படக்
> கூடிய நிறுவனம் என்றால்
> அந்த நிறுவனத்தின் பங்குகள்
> விற்பனைக்குக் கிடைக்கிறதென்றால்,
> அவற்றில் முதலீடு செய்வது பலன்தானே தரும்!

ஆக, பங்குச் சந்தையை ஒரு சூதாட்டம் போலவே பார்ப்பதை நிறுத்தி விட்டு, அதிலிருந்து, முதல் சில மாதங்களிலேயே

இரட்டிப்பாகும் என்பது போன்ற அதீத ஆசைகளையும் தள்ளி விட்டு, அதையும் மற்ற முதலீடுகளைப்போலவே, கவனமாகத் தேர்வு செய்யலாம். அது முழுப் பலன் தரும்வரை பொறுத்திருக்கலாம்.

காரணம் பங்குகள் என்பன, நன்கு வளரும் வாய்ப்புக்கும் 'கார்பரேட்'களின் உரிமைகள் அவற்றை வாங்க மற்ற எவரையும் போலவே, நமக்கும் முழு உரிமை உண்டு. அதற்கான வாய்ப்புகளும் பரவலாகி இருக்கின்றன.

ஆக, சேமிக்க வேண்டும். சேமித்த பணத்தினை, சேமிக்கும் காலத்திலேயே, லாபகரமாக முதலீடும் செய்யவேண்டும். அதற்கு எஸ்.ஐ.பி. எனப்படும் தொடர் முதலீடுகளும் ஒரு நல்ல வழி. எஸ்.ஐ.பி.யில் போடும் பணம் பங்குச் சந்தையில் முதலீடு செய்யப்படுகிறது. பங்குச் சந்தை என்பது நீண்ட கால அடிப்படையில் நல்ல வருமானம் தரும் முதலீட்டு வாய்ப்பு.

இவ்வளவிற்குப் பிறகும் சிலருக்குப் பங்குச் சந்தை பற்றிய சில சந்தேகங்கள் வரலாம்.

1. எது நல்ல நிறுவனம், எது சரியில்லாத நிறுவனம் என்றெல்லாம் சரியாகக் கண்டுபிடிக்க முடியவில்லையே!

2. சில நேரங்களில் விலைகள் உயர்ந்தும், வேறு சில நேரங்களில் விலைகள் வீழ்ந்தும் போகிற பங்குச் சந்தையில், எப்போது எது நிகழும் என்று முன்கூட்டியே சரியாகக் கணிப்பது சிரமமாயிருக்கிறதே!

3. ஆசை காரணமாகவும் பயம் காரணமாகவும், முதலீட்டை அதிக நாட்கள் விட்டு வைக்க முடியவில்லையே!

4. இதில் போடும் சேமிப்பு பெருகுமா? அல்லது பங்குச் சந்தையின் பிரச்னைகள் காரணமாக, காணாமலேயே போய் விடுமா? என்கிற பதைபதைப்புடனேயே இருக்க வேண்டியிருக்கிறதே!

இவற்றுக்கெல்லாம் நல்ல தீர்ப்பு, சிஸ்டமேட்டிக் இன்வெஸ்ட் மெண்ட் பிளான் (SIP) தான். அது எப்படி என்பதை கேள்விகள் இருக்கும் அதே வரிசையில் பார்த்து விடலாம்.

1. எஸ்.ஐ.பி.யினை நடத்துபவர்கள் (நம்மை விடக் கூடுதலாக) பங்குச் சந்தை விபரம் தெரிந்தவர்கள். எது நல்ல நிறுவனம் என்பதை அவர்களால் கணிக்க முடியும்.

2. வல்லுனர்களால் பங்குச் சந்தையில் எப்போது எது நிகழலாம் என்பதை நம்மை விடக் கூடுதலாகக் கணிக்க முடியும்.

3. முதலீட்டில் அவர்கள் 'புக் பிராஃபிட்', 'ஸ்டாப் லாஸ்' போன்ற ஒழுங்குமுறைகளை தொழில் முறை திறனுடன் (புரபஷனலாக) கடைபிடிப்பார்கள். ஆசை மற்றும் பயங்களின் காரணமாக அல்ல.

4. பங்குச்சந்தை என்பது நீண்ட காலத்தில் சரியாகவே இருக்கும். குறுகிய காலத்தில்தான், 'இப்படி', 'அப்படி' என்றெல்லாம். அதனை எவராலும் கட்டாயப்படுத்த முடியாது. எஸ்.ஐ.பி. என்பது நீண்ட கால அணுகுமுறையை உடையது.

எஸ்.ஐ.பி. என்பது பரஸ்பர நிதி போலவேதான். ஒரு வித்தியாசம். இது தொடர் முதலீடு. அதனால் விலைகள் பரவலாகும். ஒரு சராசரி விலை கிடைக்கும். அதே நேரம், சந்தை இடையில் விழும்போது, இதில் உள்ள நம் பணத்தின் மதிப்பு குறையத்தான் செய்யும். என்ன? படிக்கிற பையன், சிரமமான தேர்விலும், படிக்காத பையனை விட அதிக மதிப்பெண் வாங்குவது போல, நாமாக செய்வதைக் காட்டிலும், தெரிந்தவர்கள் மூலம் செய்யும் போது, விழுந்தாலும் அடி அவ்வளவு பலமாக இருக்காது. தவிர நீண்ட காலத்தில் நல்ல பங்குகள் மீண்டும் எழுந்து விடும்.

'சொல்வதைப் பார்த்தால் தொடர் சேமிப்பிற்கு எஸ்.ஐ.பி. (SIP) என்பது பரவாயில்லை மாதிரிதான் தெரிகிறது.

ஐநூறோ, ஆயிரமோ அல்லது அதற்கு மேலோ, அது நாம் முடிவு செய்யும், மாதா மாதம் கட்ட வேண்டிய பணம். தொடர் வைப்பு கட்டுவதுபோல, ஒவ்வொரு மாதமும் அதே அளவு கட்டி வர வேண்டும். அப்படி நாம் கட்டுகிற பணத்தை, அந்த நிறுவனம் பங்குச் சந்தையில் முதலீடு செய்யும் என்பதுவரை தெளிவாகத் தான் இருக்கிறது.

ஆனாலும், 'எங்கே போய் இந்த சிஸ்டமேட்டிக் இன்வெஸ்ட்மெண்ட் பிளானை' (SIP) கட்ட ஆரம்பிப்பது, கட்டத் தொடங்கினால் எவ்வளவு காலம் கட்ட வேண்டும், இடையில்

நிறுத்த முடியுமா? தேவைப்பட்டால், கட்டிய பணத்தினை திரும்பத் திருவார்களா? அல்லது முதிர்வடையும் காலம் வரை காத்திருக்க வேண்டியதுதானா?

இது போல எஸ்.ஐ.பி.யில் ஏற்கெனவே பணம் கட்டியவர்களுக்கு அதிலிருந்து என்ன வருமானம் கிடைத்திருக்கிறது? இதற்கும் பரஸ்பர நிதிக்கும் என்ன வித்தியாசம்? இவற்றைப் பற்றி எல்லாமும் தெரிந்தால் நன்றாக இருக்குமே என்று மேலும் கேட்கத் தோன்றுகிறதோ? தப்பேயில்லை. தெரிந்துகொண்டு இறங்குவதுதான் சரி.

எல்லாமே முக்கியமான கேள்விகள். எதையும் அவசியம் தெரிந்து கொள்ள வேண்டிய தகவல்தான். எல்லாவற்றையும் பார்த்து விடலாம்.

எஸ்.பி.ஐ., எச்.டி.எப்.சி., போன்ற பல வங்கிகளும், கோட்டக், பிர்லா சன் லைஃப் போன்ற பல நிறுவனங்களும் இப்படிப்பட்ட எஸ்.ஐ.பி.களை நடத்துகிறார்கள். எந்த வங்கியிலும் அல்லது பங்குச் சந்தை தரகு நிறுவனத்திடம் விசாரித்தால், யார் யார் நடத்துகிறார்கள் என்பது தெரிய வரும். தவிர, இவற்றைப் பற்றி விவரம் அறிந்த, இதில் உதவக் கூடிய முகவர்களும் எல்லா ஊர்களிலும் இருக்கிறார்கள். LIC மற்றும் பிற இன்சூரன்ஸ் முகவர்களுக்கும் தெரியும்.

'எஸ்.ஐ.பி.யில் குறைந்தபட்சம் ஆறு மாதம் கட்ட வேண்டுமாமே!', இல்லையா பின்னே! அதற்கும் குறைவான முதலீட்டை எப்படி தொடர் முதலீடு என்பதாம்! அதேபோல மாதா மாதம்தான் என்று இல்லை. காலாண்டுக்கு ஒரு முறையும் (நினைவு வைத்துக் கொண்டு) கட்டலாம். அதில் குறைந்தது இரண்டு தவணைகள் கட்ட வேண்டும். அதிகபட்சம் எத்தனை வருடங்களுக்கு கட்டலாம் என்பது திட்டங்களைப் பொறுத்தது.

இடையில் நிறுத்துவதென்றால் தடையில்லை. நிறுத்திக் கொள்ளலாம். அதற்காகக் கூடுதல் பிடித்தங்களோ அபராதமோ கிடையாது.

இதுபோன்ற எஸ்.ஐ.பி.யில் கட்டியவர்களுக்கு என்ன கிடைத்திருக்கிறது என்று பார்த்தால், ஆச்சரியமாக இருக்கும்.

13

பரஸ்பர நிதிகள்

பரஸ்பர நிதி, மியூச்சுவல் ஃபண்ட் போன்றவை இப்போது பலராலும் பல இடங்களிலும் பரபரப்பாகவே பேசப்படுகிற வார்த்தைகள் ஆகி விட்டன. எல்லாத் தரப்பு மக்களுக்கும் இதன்மீது ஆர்வம் அதிகமாயிருக்கிறது. காரணம், அது தரும் முதலீட்டு வாய்ப்புகளும், அதிலிருந்து கிடைக்கும் மிக அதிகமான வருமானமும்தான்.

சிலருக்குப் பங்குச் சந்தை பற்றித் தெரியும். அதில் அனுபவம் உண்டு. அதனால், அவர்களே தரகரைத் தொடர்புகொண்டு, பங்குகள் வாங்குகிறார்கள், விற்கிறார்கள். அதன் மூலம் லாபமும் பார்க்கிறார்கள்.

வேறு சிலருக்கு அனுபவம் இல்லை. ஆனாலும், அதில் கிடைக்கிற லாபத்தினை நாம் ஏன் விட வேண்டும் என்று நினைக்கிறார்கள். தவறே இல்லை.

இன்னும் சிலருக்கு அனுபவம் மற்றும் ஞானமும் உண்டு. ஆனாலும், அவர்களால் பங்குகள் வாங்குவதையோ, விற்பதையோ செய்ய முடியவில்லை. காரணம், அவர்களுக்கு நேரமில்லை. அவர்கள் ஈடுபட்டிருக்கும் வேலை, தொழில், அப்படி. அல்லது உடல்நிலை அல்லது வயது அப்படி.

‘அய்யா, என்னிடம் ஆசையும் இருக்கிறது. அதற்கான நேரமும் கூட இருக்கிறது. என்னுடைய பிரச்னை வேறு விதமானது. என்னால் சரியாக முடிவெடுக்க முடியவில்லை. பங்குகளை வாங்க, விற்க எத்தனையோ தகவல்கள் தேவைப்படுகின்றன. அவற்றையெல்லாம் என்னால் தேட முடியவில்லை. சொல்லப் போனால், எந்தத் தகவல் எப்போது தேவைப்படும் எனத் தேடுவதே பெரிய சவாலாக இருக்கிறது.’

‘நியாயமான பேச்சு என்ன செய்யலாம்?’

‘பங்குச் சந்தை வாய்ப்புகளையும் விடக்கூடாது. ஆனால், நாமாகச் செய்யவும் முடியவில்லை. இரண்டையும் சமாளித்து பணம் பண்ண ஏதாவது நல்ல வழியிருக்கிறதா?’

‘இருக்கிறது.’

காரில் போக ஆசை. வாங்க பணமும் இருக்கிறது. வாங்கியும் ஆகி விட்டது. முதலாளிக்குக் கார் ஓட்டத் தெரியவில்லை. அல்லது ஓட்டுவதற்கு அலுப்பாக இருக்கிறது. என்ன செய்யலாம்? ஓட்டுனர் வைத்துக்கொள்ளலாம். ஓட்டுனர், கார் ஓட்டுவதில் திறமைசாலி.

அதன் பின் முதலாளி அவர் பாட்டுக்கு, காரில் ஏறி அமர்ந்து கொண்டு எங்கே போகவேண்டும் என்று சொன்னால் போதும். ஓட்டுனர் போய் விடுவார். எந்த நெரிசலிலும், மழையிலும், வண்டி ஓடும். நேரம் பயனுள்ளதாகக் கழியும். படிப்பதோ, இசை கேட்பதோ, தூங்குவதோ அல்லது வேறு எதையுமோ நிம்மதியாகச் செய்யலாம்.

கார் ஓட்டுவதை மட்டுமா? வீட்டில் ஃபேனோ அல்லது ஏசியோ பழுதாகிவிட்டது. கூப்பிடு, விவரம் தெரிந்தவரை. நேரமும் மிச்சம். தவறுகளும் நிகழாது. பிள்ளைகளுக்குப் பாடம் சொல்லித் தர வேண்டுமா? நல்ல டியூசன் வாத்தியாரைத் தேடுகிறோம். பாட்டு கராத்தே, ஓவியம் எதுவானாலும் அதில் சிறந்தவர்களைக் கொண்டு நம் தேவைகளை முடித்துக்கொள்கிறோம்.

அதேதான் பங்குச் சந்தையிலும். விவரம் தெரிந்தவர்களை வைத்துப் பங்குகள் வாங்குவது, சரியான நேரங்களில் விற்பது, செய்தால் நன்றாகத்தான் இருக்கும். ஆனால் நம்மிடம் இருக்கும் 5 ஆயிரத்துக்கும், 10 ஆயிரத்துக்கும், வல்லுனர் வைத்தா முதலீடு செய்ய முடியும்.

'நாம் ஏன் தனியாளாகச் செய்ய வேண்டும்? கூட்டுச் சேர்ந்து கொள்வோம். 50 பேர், 100 பேர் சேர்ந்தால், ஆளுக்குப் பத்தாயிரம் ரூபாய் முதலீடு என்றால் என்ன ஆச்சு?'

'என்ன ஆச்சு?'

'10 லட்சம் ஆயிற்றே!'

'ஏன் 1000 பேரோடு நிறுத்த வேண்டும்? 10 ஆயிரம் பேர், ஒரு லட்சம் பேர் சேரட்டுமே!'

'சேர்ந்தால்?'

'100 கோடி ஆகிவிடும்.'

'அடேயப்பா!'

'பிறகு... அவ்வளவு பணத்தினையும் நிர்வகிக்க, சரியாக முதலீடு செய்ய, என்ன ஊதியம் கொடுத்தும் வல்லுனர் வைக்க முடியாதா என்ன?'

'ஏன் முடியாது?'

'அதைத்தான் செய்கிறார்கள். அதன் பெயர்தான் பரஸ்பர நிதி, மியூச்சுவல் ஃபண்ட்.'

இப்படிச் செய்வதற்கென்றே தனி நபர்கள் அல்ல புகழ் பெற்ற நிறுவனங்களே இருக்கின்றன. அவை வல்லுனர்களைத் தேடி வைத்துக் கொண்டு பின் அழைப்பு விடுக்கின்றன. 'வாருங்கள்... தாருங்கள். நாங்கள் முதலீடு செய்து வருமானம் ஈட்டி, உங்களுக்குத் தருகிறோம்' என்று.

அப்படிப்பட்ட நிறுவனங்கள்தான் பரஸ்பர நிதி நிறுவனங்கள். இவை மற்றவர்களிடம் இருந்து பணம் திரட்டி, அதனைப் பங்குச் சந்தையில் முதலீடு செய்து, முதலீட்டாளர்களுக்கு லாபம் செய்து கொடுக்கும் வேலையைச் செய்கின்றன. இந்த வேலையில், வங்கிகளும்கூட ஈடுபட்டுள்ளன.

உதாரணத்திற்கு, நாம் முன்பு பார்த்த பாரத ஸ்டேட் வங்கி, கோட்டக், ரிலையன்ஸ் மணி, டாடா, பிர்லா நிறுவனங்கள், ICICI, புருடென்ஷியல், UTI, பிராங்கிளின், இப்படி நூற்றுக்கணக் கான நிறுவனங்களும் வங்கிகளும் போட்டி போட்டுக்கொண்டு, முதலீட்டாளர்களை, 'வாருங்கள், தாருங்கள்' என்று கூவிக் கூவி அழைக்கின்றன.

இப்படி பரஸ்பர நிதியில் புரளும் மொத்தப் பணத்தின் அளவு என்ன தெரியுமா? பல லட்சம் கோடிகள். இதனை நிறுவனங்கள் அரசாளும் சொத்து என்பார்கள். ஆங்கிலத்தில் Assets Under Management. சுருக்கமாக, AUMs.

மிக அதிகமான பணத்தினைப் பெற்று நிர்வகித்து வரும் நிறுவனம் நிலவரப்படி ரிலையன்ஸ்தான். 77 ஆயிரத்து 764 கோடி ரூபாய். அடுத்த இடத்தில் ஐ.சி.ஐ.சி.ஐ. புரு 54 ஆயிரத்து 952 கோடி. மூன்றாம் இடத்தில் யு.டி.ஐ. 52 ஆயிரத்து 179 கோடி ரூபாய்.'

'பரஸ்பர நிதிகளின் நதி மூலம் ரிஷி மூலம் என்ன?'

'இந்தியாவில் முதன்முதலாக 1963ஆம் ஆண்டு ஒரு சட்டத்தின் மூலம் மத்திய ரிசர்வ் வங்கியின் பார்வையின் கீழ் 'யூனிட் டிரஸ்ட் ஆஃப் இந்தியா' (UTI) தொடங்கப்பட்டது. அதன் முதல் பரஸ்பர நிதித் திட்டமான யூனிட் 64 என்பதுதான், நம் தேசத்தின் முதல் பரஸ்பர நிதித் திட்டம். 1988 வாக்கில் அதன் வசம் இந்தப் பணத்தின் அளவு 6800 கோடி ரூபாய். இது முதல் கட்டம்.

அதுவரை அரசின் ஒரே நிறுவனம் செய்து வந்ததை, 1987இல் பல பொதுத் துறை நிறுவனங்களும் செய்ய அனுமதிக்கப்பட்டன. LIC, ஜெனரல் இன்சூரன்ஸ் கார்ப்பரேஷன் ஆப் இந்தியா, எஸ்.பி.ஐ. மியூச்சுவல் ஃபண்ட் தவிர கேன் பேங்க், பி.என்.பி. என்று ஆறு பொதுத் துறை வங்கிகளும் பரஸ்பர நிதிகளைத் தொடங்க அனுமதிக்கப்பட்டன. இது இந்திய பரஸ்பர நிதி வியாபாரத்தில் இரண்டாம் கட்டம்.

மூன்றாவது கட்டமாக, 1993இல் தனியார் நிறுவனங்களும் பரஸ்பர நிதிகளை நடத்தலாம் என்று அரச பச்சைக் கொடி காட்டியது. கோத்தாரி பயனீர் நிதியே முதல் தனியார் பரஸ்பர நிதி. பின்னால் அது பிராங்கிளின் நிதியுடன் இணைந்தது.

அதன் பிறகு வெள்ளமென வந்து முதலீட்டாளர்களை திக்கு முக்காட வைத்துக்கொண்டிருக்கின்றன நூற்றுக்கணக்கான நிறுவனங்கள்.

'இவ்வளவு தூரம் போய் பலரும் பரஸ்பர நிதிகளில் விழுகிறார்களே! அப்படி என்னதான் வருமானம் தருகின்றன அவை!'

'எப்போதும் இப்படியா என்று சொல்ல முடியாது. ஆனால், இப்போது அவை அள்ளித் தந்துகொண்டிருப்பது என்னவோ

உண்மைதான். 2003க்குப் பிறகு பரஸ்பர நிதிகளில் முதலீடு செய்தவர்களுக்குப் பெருத்த வருமானம் கிடைத்திருப்பது நிஜம்.'

'அதென்ன 2003க்குப் பிறகு?'

'அப்போதுதானே பங்குச் சந்தை உயர ஆரம்பித்தது. 2003 ஜனவரி மாதம் சென்செக்ஸ் வெறும் 3250 புள்ளிகள்தான் இருந்தது. ஜனவரி 2008 இல் 21 ஆயிரத்தைத் தொட்டு விட்டதே. கிட்டத் தட்ட ஆறு மடங்கு. அதன் தாக்கம் பரஸ்பர நிதியில் இல்லாமல் போகுமா?'

'சஸ்பென்ஸ் போதும். பரஸ்பர நிதிகளில் முதலீடு செய்தவர் களுக்குக் கடந்த சில வருடங்களில் எவ்வளவுதான் கிடைத்தது...?'

கோட்டக் PSU Bank ETF என்கிற திட்டம் ஓர் ஆண்டில் 71% தந்திருக்கிறது. அதாவது முதலீடு செய்த தொகையைக் காட்டிலும் ஒரு வருடத்தில் கிடைத்த வருமானம் அதிகம். இப்படி சில திட்டங்கள்.

L&T எமர்ஜிஸ் பிசினெஸ் பண்ட் 57%. இவையெல்லாம் மே 2017 நிலவரப்படி.

இவையெல்லாம் ஒரு குறிப்பிட்ட வருடங்களில் கிடைத்த வருமானம். இவற்றைப் பற்றித் தொடர்ந்து எப்படித் தெரிந்துகொள்வது?

பரஸ்பர நிதி சம்பந்தமான தகவல்களை, நிதி சம்பந்தமான பத்திரிகைகளிலும் (தலால் ஸ்ட்ரீட், அவுட் லுக் மணி, நாணயம் விகடன் போன்றவை) பார்க்கலாம். மேலும் ஆங்கில தினசரிகளான பிசினெஸ் லைன், எக்கனாமிக் டைம்ஸ் போன்றவற்றிலும் படிக்கலாம். அவற்றைப் பற்றிய தகவல்கள் அனைத்துமே www.mutualfundsindia.com என்கிற இணைய தளத்தில் முழுமையாகப் பார்க்கலாம்.

'எல்லா பரஸ்பர நிதிகளும் இப்படித்தானா? கண்ணை மூடிக்கொண்டு உள்ளே இறங்கிவிடலாமா?'

14

ELSS என்ற சேமிப்புத் திட்டம்

நீல நிற இன்லாண்ட் கடிதம் எழுதி, சிவப்பு நிற தபால் பெட்டியில் போட்டு விட்டு, இன்றைக்காவது பதில் வருமா என் தபால்காரருக்காக நீங்கள் காத்திருந்த காலம்போய், என்ன ஒரு நான்கு ஐந்து வருடங்களுக்கு மேல் ஆகியிருக்காது?

இப்போதெல்லாம், ஊருக்குக் கிளம்பியவர், ஸ்டேஷனுக்கு ஸ்டேஷன்கூட எங்கே இருக்கிறேன் என்று சொல்ல முடிகிறது. அங்கு இங்கு எனாதபடி, எல்லா இடங்களிலும் எவ்விடத்தும் அலைபேசிகள் (செல்), கூரியர் தபால்கள்.

அரசு தரும் டெலிபோன் இணைப்பு. புதிய இண்டேன் கேஸ் கனெக்ஷன், ஆவின் பால் கார்டு, லாம்ரட்டா ஸ்கூட்டர். மாருதி கார் போன்றவற்றுக்காக மட்டுமே மக்கள் காத்திருந்தது ஒரு காலம்.

எல்லாம் மாறிக்கொண்டிருக்கிறது. வேகமாக மாறிக் கொண்டிருக்கிறது. படிக்கும் படிப்புகள், செய்யும் வேலைகள், பெறும் ஊதியங்கள், பொழுது போக்குவது, பிரயாணம் செய்வது, செய்திகளைத் தெரிந்துகொள்ளுவது என்று பலவற்றிலும் மாற்றங்கள். சிறிய பெரிய மாற்றங்கள். தொடர்ச்சியாக நடைபெற்றுக்கொண்டே இருக்கும் மாற்றங்கள்.

எல்லாம் மாறிக்கொண்டிருக்க, பணத்தினைப் பெருக்கும் வழிகள் மட்டும் விதி விலக்காக அப்படியே இருக்க முடியுமா என்ன? அவற்றிலும் மாற்றங்கள் வந்திருக்கின்றன, வந்து கொண்டே யிருக்கின்றன.

சேமிக்கிற பணமா? சீட்டு கட்டுவது, தொடர் வைப்புகள் (ஆர்.டி.), வங்கி வைப்புகள் (எஃப்.டி.), அஞ்சலக சேமிப்புகள், அரசு பத்திரங்கள் (NSC, KVP) மட்டுமே என்றிருந்த நிலைமை மாறிக்கொண்டிருக்கிறது. (தவளை இருந்த பாத்திரம் மெல்ல மெல்லச் சூடேறியதுபோல).

சமீப காலமாக பரஸ்பர நிதிகள், பங்குகள் போன்றவற்றின்மீது மக்களுக்குக் கூடுதலான ஆர்வம் வந்திருக்கிறது. காரணம் அவர்களின் மன நிலையில் ஏற்பட்டிருக்கும் மாற்றம்.

அதிக வருமானம் வேண்டும். அதுவும் சீக்கிரம் வேண்டும். அதற்காக 'ரிஸ்க்' எடுக்கவும் தயார் என்கிற மனோபாவம்.

அந்த வகையில் பணத்தினை வேகமாகப் பெருக்கும் சில வழிகள்தான் நாம் கடந்த சில அத்தியாயங்களில் பார்த்த பங்குகள் (Shares), பரஸ்பர நிதிகள் (Mutual Funds) மற்றும் எஸ்.ஐ.பி. (SIP).

சமீபகாலமாக பெரும்பாலான பரஸ்பர நிதிகள், அவற்றில் முதலீடு செய்தவர்களுக்கு அள்ளிக் கொடுத்திருக்கின்றன என்று பார்த்தோம். அதே சமயம் எந்த பரஸ்பர நிதியானாலும் அதில் கண்ணை மூடிக் கொண்டு முதலீடு செய்துவிடலாமா? என்று ஒரு கேள்வியும் கேட்டிருந்தோம்.

அதற்கான பதில், கூடாது என்பதுதான். ஏன் என்று கேட்டால் அதற்கு ஒன்றுக்கும் மேற்பட்ட காரணங்கள் இருக்கின்றன.

அந்தக் காரணங்களில் ஒன்று, பரஸ்பர நிதியைப்போலச் செயல் படும் வேறு திட்டங்கள் எதாகிலும் இருக்கின்றனவா? அவற்றைப் பற்றியும் முதலீடு செய்வதற்கு முன் தெரிந்துகொள்ள வேண்டும் என்பதுதான்.

பரஸ்பர நிதியைப் போலவே, யூலிப்(ULIP)பில் இ.எல்.எஸ்.எஸ். (ELSS) போன்ற வேறு சிலவும் இருக்கின்றன. கேள்விப்பட்டிருக் கலாம்.

இவற்றுக்கிடையே வித்தியாசங்கள் என்ன? வருமானம், ரிஸ்க், வரிச் சலுகை போன்றவற்றில் நிதிகளில் இருந்து எப்படி வேறுபடுகின்றன. இவற்றில் எந்தத் திட்டத்தில் சேருவது நமக்கு நல்லது? எந்த விதத்தில் நல்லது?

எதையும் விடவேண்டாம். எல்லாவற்றையும் பார்த்துவிடலாம்.

இவையெல்லாம் ஒரே குடும்பத்தினைச் சேர்ந்தவைதான். இந்தத் திட்டங்களுக்கெல்லாம் தாத்தா போன்றது பங்குச் சந்தை. அவர்தான் மூலம். அவர் மூலமாக வந்த மகன்கள், மகள்கள், பேரப் பிள்ளைகள் போன்றவைதான் பரஸ்பர நிதி, எஸ்.ஐ.பி. யூலிப், ELSS போன்ற திட்டங்கள்.

பங்குச் சந்தை என்றால், தொழில் வியாபார நிறுவனங்களின் உரிமை என்பதை ஏற்கெனவே பார்த்தோம். நிறுவனங்களின் உரிமையை பங்குகளாக வாங்குவதன் மூலம், நிறுவனங்கள் செய்யும் லாபம், அதனால் ஏற்படும் பங்கு விலை உயர்வு முதலியவை, பங்குதாரர் ஆகிய நமக்கும் கிடைக்கும்.

இதை நேரிடையாகச் செய்யலாம் (ஷேர் மார்க்கெட்) அல்லது வல்லுநர் நடத்தும் திட்டம் மூலம் செய்யலாம் (பரஸ்பர நிதி). ஒரே தடவையாக முதலீடு செய்யாமல், தொடர்ச்சியாகவும் பரஸ்பர நிதிகளில் முதலீடு செய்யலாம் (எஸ்.ஐ.பி.). இவற்றை யெல்லாம் ஏற்கெனவே விளக்கமாகப் பார்த்துவிட்டோம். இந்தக் குடும்பத்தினைச் சேர்ந்த இன்னும் இரண்டு முக்கிய உறுப்பினர்கள்தான் யூலிட் (ULIP) மற்றும் இ.எல்.எஸ்.எஸ். (ELSS) அவர்களைப் பற்றித்தான் இனி விரிவாகப் பார்க்கப் போகிறோம்.

முதலில் இ.எல்.எஸ்.எஸ். (ELSS) பற்றிப் பார்க்கலாம். காரணம் அவர் முழுக்க முழுக்க பங்குச் சந்தை சார்ந்தவர். அதாவது சொந்தத்தில் பெண் எடுத்தவர்போல. ஆனால், 'யூலிப்', அசலில் பெண் எடுத்தவர் போல. அவர் காப்பீடு என்கிற வேறு குடும்பத்துடன் சம்பந்தம் செய்திருக்கிறார். அதனால் அவரை அடுத்ததாகப் பார்க்கலாம்.

இ.எல்.எஸ்.எஸ்.(ELSS)

இ.எல்.எஸ்.எஸ். (ELSS) இது ஒரு சேமிப்புத் திட்டம். அதனைக் குறிப்பதுதான் கடைசி இரண்டு எழுத்துக்களான எஸ்.எஸ். (S.S.)

அதாவது 'சேவிங்ஸ் ஸ்கீம்'. ஆனால், இந்த சேமிப்பு வித்தியாச மானது. வித்தியாசம், அதன் பங்குச் சந்தை தொடர்பில் இருக்கிறது. அதனைக் குறிப்பதுதான், முதல் இரண்டு எழுத்துக்களான இ.எல். (EL).

மொத்தத்தில் இது, ஈக்குவிட்டி லிங்க்ட் (Equity Linked) சேமிப்புத் திட்டம். ஈக்குவிட்டி என்றால் பங்குகள். ஆக, பங்குச் சந்தையில் முதலீடு செய்யும் சேமிப்புத் திட்டம். பெயர்தான் உச்சரிப் பதற்குக் கொஞ்சம் சிரமமாகத் தெரிந்ததே தவிர, திட்டம் எளிமையானதுதான் என்பது தெளிவாகியிருக்கும்.

நம்மைப் போன்ற முதலீட்டாளர்களில் இதில் போடப்படும் பணம், இந்தத் திட்டங்களை நடத்துபவர்களால், பங்குச்சந்தையில் முதலீடு செய்யப்படுகிறது. அதனால், இ.எல்.எஸ்.எஸ்.இல் இருந்து கிடைக்கக் கூடிய வருமானமும், முதலீட்டிற்கு இருக்கும் ரிஸ்க்கும் பங்குச் சந்தையை ஒட்டியது. அதே போன்றது.

பரஸ்பர நிதியைப் போன்றே, இந்தத் திட்டத்திலும் ஒரு தவணை யாகவோ (லம்ப்சம் ஆகவோ) அல்லது பல தவணைகளாகவோ தொடர்ந்து எஸ்.ஐ.பி. போல கட்டலாம்.

அப்படியென்றால்...

இந்தத் திட்டத்திற்கும் பரஸ்பர நிதிக்கும் என்ன வித்தியாசம் என்கிற கேள்வி வரலாம்.

இந்த ELSS, பரஸ்பர நிதி மற்றும் நேரடியாக பங்குகளில் முதலீடு செய்வதில் இருந்து, இரண்டு விதங்களில் வேறுபட்டது.

1) பங்குகளோ அல்லது பரஸ்பர நிதியோ, அதில் இருந்து வரும் வருமானத்திற்குத்தான் வரி விலக்கு கொடுக்கப்படும். ஆனால், இ.எல்.எஸ்.எஸ்.இல் செய்யப்படும் முதலீட்டிற்கே வரி விலக்கு உண்டு.

வருமான வரிச் சட்டம் செக்ஷன் 80 Cன் படி, அதிகபட்சமாக ரூபாய் ஒன்றரை லட்சம் வரைகூட இப்படி வரிச் சலுகை உள்ள திட்டங்களில் ஒருவர் முதலீடு செய்யலாம். நாம் முதலீடு செய்யும் பணத்திற்கே வரி விலக்கு கிடைக்கும் (2017-18 ஆம் ஆண்டு நிலவரப்படி). அதற்குப் பின் மாற்றங்கள் வருகிறதா என்பதை மத்திய அரசின் பட்ஜெட் அறிவிப்புகள் மூலம்

தெரிந்துகொள்ள வேண்டும். நாம் வேலைக்குப் போகிறோம். சம்பளம் வருகிறது. அந்த வருமானத்தினைக் கொண்டு பங்குகளோ அல்லது பரஸ்பர நிதியோ வாங்குகிறோம். அந்த முதலீட்டிற்கு வரும் வருமானமான டிவிடெண்ட் பணத்திற்கு வரி கிடையாது.

இன்னொருவர் இருக்கிறார். அவர் பங்குகள், பரஸ்பர நிதிக்குப் பதிலாக, ELSS இல் முதலீடு செய்கிறார். அவர் எவ்வளவு செய்கிறாரோ (ஒரு லட்சத்திற்கும் குறைவாக) அந்த அளவு பணத்திற்கு வருமான வரி இல்லை. தவிர அதில் இருந்து வரும் (டிவிடெண்ட் போன்ற) வருமானத்திற்கும் வரியில்லை.

ஒரு லட்சம் என்கிற வரம்பிற்குள், சேம நல நிதி (PF), எல்.ஐ.சி. போன்ற பிற சேமிப்புகளும் வருகின்றன. அவை போக மீதமுள்ள பணத்திற்கு ELSS போட்டால் போதும்.

உ) நேரடியாக வாங்கிய பங்குகளை எப்போது வேண்டுமானாலும் விற்கலாம். அதே போல, பரஸ்பர நிதிகளில் இருந்தும், விரும்பும் நேரம் விலகலாம். முதலீடு செய்த பணத்தினைத் திரும்பப் பெறலாம். ஆனால், இ.எல்.எஸ்.எஸ்.இல் அப்படிச் செய்ய முடியாது.

முதலீடு செய்யப்படும் பணத்தினை மூன்று ஆண்டுகளுக்கு முன்பாகத் திரும்ப எடுக்க முடியாது. விட்டுவைக்க வேண்டும். முதலீடு செய்யப்படும் பணத்திற்கு முழு வரி விலக்கு கொடுக்கப்படுவதால்தான் அந்த நிபந்தனை.

பப்ளிக் பிராவிடெண்ட் பண்ட் (PPF), தேசிய சேமிப்பு பத்திரம் (NSC), கிசான் விகாஸ் பத்திரம் (KVP) எல்லாவற்றிலும்கூட அப்படித்தானே என்கிறீர்களா?

நீங்கள் நினைப்பது சரிதான். இதுவும் அதேபோலத்தான். ஆனால், அவற்றை விடவும் ELSSல் ஒரு கூடுதல் வசதி, நிபந்தனைக் காலம் மூன்று ஆண்டுகள் மட்டுமே என்பதுதான் அது. PPFஇல் போட்ட பணத்தினை, 15 ஆண்டுகளுக்கு முன்பாக (முழுவதும்) எடுக்க முடியாது. மற்றவற்றின் கெடுகாலமும் அதிகம் (என்.எஸ்.சி. 6 ஆண்டுகள்).

15

யூலிப்

யூலிப் என்பது சில ஆங்கில எழுத்துக்களின் சுருக்கம். அந்த எழுத்துக்கள். U,L,I மற்றும் P.

இந்த யூலிப் திட்டம் பங்குச் சந்தை தொடர்பானதுதான். பங்குச் சந்தை குடும்பத்தினைச் சேர்ந்ததுதான் என்று ஏற்கெனவே பார்த்தோம். ஆனால், இது அசலில் பெண் எடுத்திருக்கிறது என்றும், அந்த அசல் (அன்னியம்) காப்பீடு (இன்சூரன்ஸ்) என்றும்கூடப் பார்த்தோம். கடைசி இரண்டு எழுத்துக்களான Iயும் Pயும் இன்சூரன்ஸ் பிளான் என்பதைக் குறிப்பதற்காக. நடுவில் வரும் U என்பது யூனிட் என்பதைக் குறிப்பதற்காக.

யூனிட் என்பது பரஸ்பர நிதிக்கான தனிப்பட்ட வார்த்தை பத்து ரூபாய் முக மதிப்புகள் பங்கு என்கிறோமல்லவா? அதே போல பரஸ்பர நிதியில் பத்து ரூபாய் யூனிட் என்போம். அவ்வளவு தான். யூனிட்டும் பங்கு போன்றதே. ஆனால், பரஸ்பர நிதி சம்பந்தமானது.

இந்த யூலிப் திட்டங்களை இன்சூரன்ஸ் நிறுவனங்கள்தான் நடத்த முடியும். இவையெல்லாம் காப்பீட்டுத் திட்டங்களைப் போலவே, கண்காணிப்புக்கும் ஆளுகைக்கும் உட்பட்டவை. கண்காணிக்கும் அமைப்பு ஐ.ஆர்.டி.ஏ.

இன்சூரன்ஸ் போட்டால், அவ்வப்போது போனஸ் கிடைக்கும் அல்லவா? அப்படி போனஸ் தருவதற்குப் பதில் அந்தப் பணத்தினைக் கொண்டு இன்சூரன்ஸ் நிறுவனங்களே பரஸ்பர நிதிகள் தொடங்கி, பணத்தை பங்குகளில் முதலீடு செய்கிறார்கள்.

பரஸ்பர நிதிகள் என்றால் என்ன என்று நமக்குத் தெரியும். பலரிடம் பணம் பெற்று அதைப் பங்குச் சந்தையில் முதலீடு செய்வதுதான் பரஸ்பர நிதி.

இங்கே யூலிப்பில், அப்படித் தனியாகப் பணம் பெறாமல் நாம் இன்சூரன்ஸுக்காக கட்டும் பிரீமியப் பணத்தில் இருந்தே, ஒரு பகுதியை எடுத்துக்கொள்கிறார்கள்.

இதுதான் மற்றவகை இன்சூரன்ஸுகளுக்கும் யூலிப் இன்சூரன்ஸுகளுக்கும் இருக்கும் முக்கிய வித்தியாசம்.

இன்சூரன்ஸ் தவிர காப்பீடு செய்துகொண்டவருக்கு, பரஸ்பர நிதி போன்ற யூனிட்டும் கிடைக்கிறது. ஒவ்வொன்றும் கிடைத்துக் கொண்டேயிருக்கிறது. காப்பீடும் இருக்கிறது. பங்குச் சந்தை பங்கேற்பும் இருக்கிறது.

யூனிட்டுகள் கிடைக்கிறது. சரி, இந்த யூனிட்டுகளால் என்ன லாபம்? அவற்றின் மதிப்பு என்ன? மாறுமா?

இதற்குப் பரஸ்பர நிதியில் சொல்லப்படும் 'நிகர சொத்து மதிப்பு' என்பது பற்றி இது சமயம் கொஞ்சம் தெரிந்து கொள்ள வேண்டும்.

நாங்கள் ஒரு பரஸ்பர நிதி ஆரம்பிக்கிறோம். ஆளுக்கு ஆயிரம் ரூபாய் தாருங்கள் என்று ஒரு நிறுவனம் கேட்கிறது. தருகிறார்கள். ஆயிரம் ரூபாய்க்கு நூறு, பத்து ரூபாய் முக மதிப்புள்ள யூனிட்டு களை வழங்குகிறது அந்த நிறுவனம்.

இப்போது முதலீடு செய்த ஒவ்வொருவரிடம் 100 பத்து ரூபாய் பரஸ்பர நிதி யூனிட்டுகள் வந்துவிடுகின்றன.

இப்படி முதலீடு செய்தவர்களின் எண்ணிக்கை ஒரு லட்சம் பேர் என்று வைத்துக் கொள்வர். அப்படியென்றால் இவர்களின் மொத்த முதலீடு 10 கோடி ரூபாய். சரிதானே!

இப்போது பரஸ்பர நிதியிடம் இருக்கும் ஆரம்பப் பணம் ரூ. 10 கோடி. இதனைப் பங்குகளிலும், கடன் பத்திரங்களிலும் முதலீடு செய்கிறார் அந்த நிதியின் மேலாளர் (அவர் பதவியின் பெயர், 'ஃபண்ட் மேனேஜர்'. இப்படிப்பட்டவர்களின் ஊதியங்கள் மிக அதிகம்).

ஒரு மாதம் போகிறது. மொத்தக் கணக்குப் பார்க்கிறார்கள். அவர் வாங்கியிருக்கும் சில பங்கு விலைகள் உயர்ந்துள்ளன. சில பங்குகளின் விலைகள் குறைந்துள்ளன. மொத்தத்தில் அவர் முதலீடு செய்திருந்த 10 கோடி பணத்தின் மதிப்பு 11 கோடி ரூபாய் ஆகிவிட்டது. அதாவது அந்த நிதியின் மொத்த சொத்து மதிப்பு 11 கோடி ரூபாய்.

பத்து கோடி ரூபாய் முதலீட்டின் சொத்து மதிப்பு 11 கோடி ஆகிவிட்டது என்றால், ஒவ்வொரு பத்து ரூபாய் யூனிட்டுக்கும் எவ்வளவு சொத்து தேறும்?

அதேதான். 11 ரூபாய். இதனைத்தான் யூனிட்டின் நிகர சொத்து மதிப்பு (நெட் அசெட் வேல்யூ) என்கிறார்கள். செய்த முதலீட்டின் மதிப்பு அதிகமாக அதிகமாக, இந்த NAV மதிப்பு அதிகமாகும். முதல் மாதம் 11 ரூபாய் என்பது அடுத்த வருடத்தில் 15, 20என்று கூட உயரலாம்.

உதாரணத்திற்கு நாம் முன்பு பார்த்த 'SBI மேக்னம் டேக்ஸ் கெயின் 93' என்கிற திட்டத்தின், 09.01.2008 தேதி 'நெட் அசெட் வேல்யூ 69 ரூபாய்' (இது ஒரு ELSS திட்டம்).

யூலிப்பில் முதலீடு செய்தவருக்கு ஆண்டு தோறும் போனஸுக்குப் பதிலாக, யூனிட்டுகள் வழங்கப்படும். தவிர, செய்த முதலீடு மற்றும் பங்குச் சந்தை ஏற்ற இறக்கத்திற்கு ஏற்ப, யூனிட்டுகளின் நிகர சொத்து மதிப்பும் மாறும்.

முதலீடு செய்ததில் இருந்து மூன்று ஆண்டுகளுக்குப் பிறகு தேவைப்பட்டால், காப்பீடு செய்தவர் தன் கணக்கில் இருக்கும் யூனிட்டுகளை விற்கலாம். விற்று மேலும் கட்ட வேண்டிய இன்சூரன்ஸ் பிரீமியத்தினைக் கூடக் கட்டலாம். ஏன் மூன்று வருடங்கள் கழித்துத்தான் என்பதற்குக் காரணம் நமக்குத் தெரியும். என்னவென்றால் இது செக்ஷன் 80C யின்படி வருமான வரி விலக்கப் பெற்ற முதலீடு. அதனால்தான் Lock in Peros.

மொத்தத்தில் யூலிப் என்பவை ரிஸ்க் கவர் செய்யும் காப்பீட்டுத் திட்டங்கள்தான். கூடவே, பங்குச் சந்தையில் பங்கு பெறும் வாய்ப்பும் தருபவை. அதனால் பங்குச் சந்தை தரும் வாய்ப்புகளும், கூடவே அதன் இணை பிரியாத 'ரிஸ்க்'குகளும்.

வருமான வரி விலக்கிற்கும் யூலிப்புகள் உதவும்.

பரஸ்பர நிதிகளைப் போலவே, யூலிப் திட்டங்களிலும் முதலீட்டாளருக்கு தேர்வு செய்ய பல விதமான திட்டங்கள் இருக்கின்றன.

16

யூலிப் தரும் ஒன்றுக்கும் மேற்பட்ட வாய்ப்புகள்

தன் வாழ்நாளில் ஒருவர் ஓடியாடி சம்பாதிக்கக்கூடிய காலம் என்பது சுமாராக எவ்வளவு ஆண்டுகள் இருக்கும் என்று நினைக்கிறீர்கள்?

என்ன, மிஞ்சி மிஞ்சிப் போனால், அறுபது வயதுவரை ஒருவரால் திறமையாக, சுறுசுறுப்பாக வேலை செய்து சம்பாதிக்க முடியுமா?

அப்படியென்றால், ஒருவரால் அதிகபட்சமாக, சுமார் நாற்பது ஆண்டுகள்வரை நன்றாகச் சம்பாதிக்க முடியும் என்று எடுத்துக் கொள்ளலாம்.

இப்போது அடுத்த கேள்விக்கு வருவோம். அந்த நபர், அறுபது வயதிற்குப் பிறகு சுமாராக எத்தனை ஆண்டுகள் வாழ வேண்டியிருக்கும்? 'அடடா! இதென்ன கேள்வி! அது, அவரவர் ஆசையையும் ஆயுளையும் பொறுத்தது' என்கிறீர்களா? அதுவும் சரிதான். அப்படியென்றால், கேள்வியைச் சற்று மாற்றி இப்படிக் கேட்கலாம்.

சராசரியாக ஒருவர் எவ்வளவு வயதுவரை வாழ்வார்? வாழ வேண்டியிருக்கலாம்?

இப்போதெல்லாம் எழுபது, எழுபத்து ஐந்து வயது என்பவையே சாதாரணமாக இருக்கிறது. எண்பது எண்பத்து ஐந்து வயதினைக் கூட பலரும் சுலபமாகத் தொடுகிறார்கள்.

எல்லாம் மருத்துவம் செய்யும் மகத்துவம். வாழ்க.

சரி (சராசரியாக) ஒருவர் 75 வருடங்கள் வரை வாழ்கிறார் என்று வைத்துக்கொள்ளுவோம். அடுத்த சுவாரஸ்யமான மூன்றாவது கேள்விக்கு வருவோம்.

60 வயதிற்கு மேல் (75ந்தோ அல்லது அதற்கு மேலோ) வாழும் ஒருவருடைய நிலைமை அந்தக் காலகட்டத்தில் எப்படியிருக்கும்?

1. சொந்த சம்பாத்தியம் இருக்காது. இருந்தாலும் அதன் அளவு பழைய அளவாக இருக்காது.
2. உடலில் வலு குறைந்திருக்கும்.
3. உபாதைகள் சில வந்து குடியேறியிருக்கும்.
4. உதவிக்கு ஆள் இருக்காது. பிள்ளைகள் பெரியவர்கள் ஆகி, ஆளுக்கு ஒரு ஊரில் (அல்லது நாட்டில்) இருப்பார்கள்.
5. எல்லாவற்றையும் அல்லது கிடைப்பவைகளை (எல்லாம்) (அப்படியே) சாப்பிட முடியாது. உணவில் பக்குவம் தேவைப்படும்.
6. மருத்துவத்திற்கும் மருந்துகளுக்கும் முன்பைவிட அதிகமாக செலவு செய்ய வேண்டியிருக்கும்.
7. வண்டி வசதி இல்லாமல் பயணம் செய்வது சிரமமாக இருக்கும்.
8. பேசினால் கேட்க ஆள் இருக்காது.

இவையெல்லாம் சின்ன வயதுக்காரர்களுக்கு பயமுறுத்தல் களாகத் தெரியலாம். ஆனால், 'அவ்வளவும் உண்மை. உண்மையைத் தவிர, வேறு மிரட்டல் இல்லை' என்பது வயதானவர்களைக் கேட்டால் தெரிய வரும்.

இப்போது, முக்கியமானதும் நான்காவதுமான அந்தக் கேள்விக்கு வருவோம்.

இவற்றை எல்லாம் மாற்ற முடியுமா?

எல்லோர் தேவைகளுக்கும் வழி இருக்கிறது. (பேர்) ஆசைகளுக்குத்தான் வழியில்லை என்று சொல்லுவார்கள். அதேதான் இங்கேயும்.

வயோதிகம் எல்லோருக்கும் வரும் என்பதில் எந்த மாற்றமும் இல்லை. மூப்பும் திரையும் எவருக்கும் வந்துதான் ஆகும். கட்டுப்பாடான உணவுப் பழக்கமும், தொடர்ச்சியான உடற் பயிற்சியும், மேலே பார்த்த எட்டுப் பிரச்னைகளில் சிலவற்றைக் குறைக்கலாம்.

ஆனால், பல பிரச்னைகளையும் ஒன்றாகச் சமாளிக்க ஒரு நிச்சயமான வழி இருக்கிறது. 'அது' பத்தும் செய்யும் என்பார்கள். அதேதான். அந்த மூன்றெழுத்துத் தீர்வுக்குப் பெயர் பணம். அதுவும் எவரையும் எதிர்பாராமல், தன் கையில் தானே வைத்திருக்கும் பணம்.

வேலையில் இருந்து ஓய்வு பெற்ற பின், இருபது இருபத்தைந்து வருடம்வரை தனக்கும் தன் மனைவிக்கும் (அல்லது கணவருக்கும்), மேலே பட்டியலிட்டிருப்பனவற்றைச் சமாளிக்க தொடர்ந்து தேவைப்படும் பணம்.

வாழ்க்கையின் இரண்டாவது பகுதியின் அந்த இருபத்தைந்து வருடங்களுக்குத் தேவைப்படும் பணம். இனி ஐந்தாவது கேள்வியும் அதற்கான பதிலும்.

ஓய்வு பெற்ற பிறகு வாழ வேண்டிய 25 ஆண்டுகளுக்குத் தேவை யான பணத்தினை எப்போது ஆயத்தம் செய்வது? யார் செய்வது?

பல புதிர்களையும் ஆச்சரியங்களையும் உள்ளே வைத்திருக்கக் கூடிய எதிர்காலம் ஒரு பக்கம். அதைச் சமாளிக்க, உடல் வலு மற்றும் சம்பாதிக்கும் திறன் குறைந்துகொண்டே போகும் நாம் இன்னொரு பக்கம். இந்தப் போட்டியில் நம் வெற்றியை நிச்சயப் படுத்துவதற்குத் தேவையான பணத்தினை உருவாக்கிக்கொள்ளும் வழி. முதல் அத்தியாயத்தில் இருந்தே நாம் பார்த்து வரும் சேமிப்பும், சேமிப்பினை லாபகரமாக முதலீடு செய்வதுதான்.

இப்போது உங்கள் முறை. ஆறாவது கேள்வியை நீங்கள் கேட்கலாம்.

சென்ற அத்தியாயத்தில் பார்த்த யூலிப் வகைகளுக்கும், மேலே பார்த்தவற்றுக்கும் என்ன தொடர்பு?

எவருடைய வாழ்க்கைதான் 'ரிஸ்க்' இல்லாமல் இருக்கிறது? அதனால்தான் கேள்வி கேட்பாடு இல்லாமல் சரி என்று, பலரும் 'லைஃப் இன்சூரன்ஸ்' எடுக்கிறார்கள்.

தனக்குத் தப்பித் தவறி ஏதும் நிகழ்ந்துவிட்டால், தன் குடும்பம் சிரமத்திற்குள்ளாகி விடக்கூடாது என்கிற எண்ணத்தில்தான், அதிக வருமானம் தரக்கூடிய வேறு சில முதலீடுகள் இருந்தாலும், அந்த அளவு வருமானம் தராத இன்சூரன்ஸ் எடுக்கிறார்கள். ஓய்வு பெறும்வரை, பல வருடங்களுக்குத் தொடர்ந்து பிரீமியத் தொகை கட்டி வருகிறார்கள்.

ஆக இன்சூரன்ஸ் என்பது வாழ்க்கையின் ரிஸ்க்கினை சமாளிப்பதற்காகத்தான். அதில் லாபமோ, பெரிய வருமானமோ எதிர்பார்க்கக் கூடாது என்பதாகவே பல வருடங்கள் ஓடிவிட்டன. காலம் மாறியது. சிலர், இந்த நிலை குறித்து(ம்) ஒரு கேள்வி கேட்டார்கள் (ஆமாம். நம் கணக்குப்படி, ஏழாவது கேள்விதான்).

ஏன் அப்படி? இன்சூரன்ஸ் திட்டங்களாகவே ஆனாலும் அவற்றால், முதலீட்டாளர்களுக்கு நல்ல வருமானம் தர முடியாதா என்ன? அதற்குப் பதிலாகக் கிடைத்ததுதான் யூலிப் (ULIP) திட்டம்.

'தாருங்கள் உங்கள் பணத்தினை. பங்குச் சந்தையில், பரஸ்பர நிதிபோல முதலீடு செய்து, வருமானம் ஈட்டித் தருகிறோம்' என்றது யூலிப் திட்டம்.

'பரஸ்பர நிதி போலா? அப்படியென்றால், இன்சூரன்ஸ் என்ன ஆவது. பாலிசிதாரருக்கு இடையில் ஏதும் நிகழ்ந்துவிட்டால், முழுத் தொகை (சம் அஸ்சூர்ட்) கிடைக்காதா?'

'அதற்கென்ன? அதுவும் உண்டு.'

'அதெப்படி? இரண்டும் தர முடியும்?'

'இரண்டுமல்ல. இரண்டில் எது தேவையோ, அது.'

'அப்படியென்றால்...?'

'இன்சூரன்ஸ் எடுத்தவர், தற்செயலாக இறந்து விட்டால், அவர் இன்சூரன்ஸ் எடுத்த அளவு பணம் அவருக்கு வழங்கப்படும்.'

'சரி.'

'அவர் காப்பீடு காலம் முழுவதும் கடந்தால், அவருக்கு பரஸ்பர நிதியில் முதலீடு செய்யப்பட்டிருந்த தொகை எவ்வளவாக பெருகியிருக்கிறதோ அவ்வளவு தொகை வழங்கப்படும்.'

'மொத்தத்தில்.'

'எந்த நேரத்திலும், இந்த இரண்டில் எது அதிகமோ (Whichever is Higher) அந்த அளவு பணம் வழங்கப்படும்.'

'அட! இது நன்றாக இருக்கிறதே!'

'அதுதான் யூலிப். இப்படி மட்டுமல்ல. பரஸ்பர நிதியின் அளவு (ஃபண்ட் வேல்யூ) மற்றும் 'லைஃப் கவர்' எனப்படும் இன்சூரன்ஸ் தொகை ஆகிய இரண்டினையும் கொடுக்கும் திட்டங்களும் உண்டு.'

'அடேயப்பா! அதெப்படி இரண்டும் சாத்தியமாகிறது? இதற்கெல்லாம் எங்கிருந்து பணம் வருகிறது?'

'எல்லாம் காப்பீடு (யூலிப்) எடுப்பவர் கட்டும் பிரீமியத் தொகையில் இருந்துதான் எடுக்கப்படுகிறது.'

'மேலும் இது பற்றிச் சொல்லுவதற்கு முன், பரஸ்பர நிதியைவிட, யூலிப் எப்படி மேல் என்று சொல்லுங்களேன்.'

'பரஸ்பர நிதியில் முதலீட்டாளர் கட்டும் பணத்தின் அளவு மட்டுமே, அது வளரும் அளவு மட்டுமே, அவருக்கு வழங்கப்படும். இடையில் அவருக்கு ஏதும் நிகழ்ந்தால், அவர் கணக்கில் இருக்கும் யூனிட்டுகளின் நிகர சொத்து மதிப்பு (NAV) அளவு மட்டுமே அவர் குடும்பத்திற்குக் கிடைக்கும். யூலிப்பில் காப்பீடும் இருப்பதால், எவ்வளவு குறைவான அளவு தவணைகள் கட்டியிருந்தாலும், 'லைஃப் கவர்' செய்யப்பட்டிருந்த அளவு, பணம் நிச்சயம் வழங்கப்படும்.

'இவ்வளவுதானா? அல்லது யூலிப்பில் இன்னும்கூட இருக்கிறதா?'

17

யூலிப்பில் பல வகைகள்

லாபமே எதிர்பார்க்கக்கூடாத ஒரு முதலீடு என்று ஏதாவது ஒன்று இருக்குமானால், அந்தப் பெருமை, இதுவரை இன்சூரன்ஸுக்குத்தான் இருந்து வந்திருக்கிறது.

லாபம் என்றால் என்ன? செய்யும் செலவைவிட வருகிற வருமானம் அதிகமாக இருப்பதுதானே!

இன்சூரன்ஸில் எது செலவு? பாலிசிதாரர் கட்டுகிற பிரீமியத் தொகைதான் செலவு. வருமானம் என்பது? இன்சூரன்ஸ் நிறுவனம் பாலிசிதாரருக்குத் திருப்பித் தரும் பணம்.

தவணைகளில் கட்டிய பிரீமியத் தொகை அதற்குரிய மிகச் சாதாரண வட்டியுடன்தான் பலருக்கும் கிடைக்கும். அதே இன்சூரன்ஸில், கட்டியதை விட அதிகமாக பணம் என்பது மிகச் சிலருக்கு (அவர்களின் குடும்பங்களுக்கு) மட்டுமே கிடைக்கும். இப்படியாக மட்டுமே பார்க்கப்பட்டு வந்த திட்டம்தான் இன்சூரன்ஸ்.

அந்த இன்சூரன்ஸிலும், கணிசமான லாபம் பார்க்க முடியுமா? அதுவும் பரஸ்பர நிதிகள்போல, 'நீண்ட கால முதலீடுகளில் கிடைக்கக்கூடிய வருமான அளவெல்லாம் சாத்தியமா?' என்ற கேள்விகளுக்கு விடையாக அமைந்ததுதான் யூலிப் என்பதையெல்லாம் கடந்த அத்தியாயங்களில் பார்த்தோம்.

‘அப்படியென்றால் யூலிப் என்பது சந்தேகமில்லாமல் நிச்சயமான வாய்ப்பா? கண்ணை மூடிக்கொண்டு அதில் பணம் போட்டு விடலாமா?’

‘யூலிப் என்பது ஒட்டு மாம்பழம்போல, ஹைபிரிட் வகை காப்பீடு, பரஸ்பர நிதி, பென்ஷன் (ஆமாம்) போன்ற பலவற்றையும் சேர்த்து வைத்திருக்கும் ஒரு அவியல் போன்றது. இதுபோன்ற யூலிப் திட்டத்தினைப் பல்வேறு நிறுவனங்களும் சிறிய பெரிய வித்தியாசங்களுடன் வழங்குகின்றன.’

‘அதனால்....’

‘யூலிப் என்பதில் தெரிந்துகொள்ள வேண்டியதும், கவனமாகப் புரிந்து கொள்ள வேண்டியதும் நிறையவே இருக்கிறது.’

யூலிப் என்றால் அது காப்பீடு + பரஸ்பர நிதி என்பதை ஏற்கெனவே விரிவாகப் பார்த்திருக்கிறோம்.

காப்பீடு தொகை பற்றிச் சொல்லத் தேவையில்லை. பரஸ்பர நிதிகளில் மூன்று வகை உண்டு. ஒன்று பங்குகளில் முதலீடு செய்வது (ஈக்விட்டி). இரண்டாவது வகை, கடன் பத்திரங்களில் (டேட் இன்ஸ்ட்ரூமெண்ட்ஸ்) மட்டுமே முதலீடு செய்வது. மூன்றாவது வகை, இரண்டிலும் (பங்குகள் மற்றும் கடன் பத்திரங்கள்) கலந்து முதலீடு செய்வது.

யூலிப்பிலும் இந்த மூன்று வகைகள் உண்டு.

ஆகவே, யூலிப் திட்டத்தில் சேரும்போது, மேலே பார்த்த மூன்று திட்டங்களில் எது நமக்குச் சரி வரும் என்று நினைக்கிறோமோ, அந்த வகை யூலிப்பில் சேர வேண்டும். பின்னால் மாற்றலாம் தான். ஆனாலும் முன்பாகவே தெரிந்துகொண்டு செய்வதுதான் நல்லது.

கடன் பத்திரம் சம்பந்தப்பட்ட யூலிப்பில் சேர்ந்தால், யூனிட் பகுதி பணத்திற்கு நிச்சயமான வருமானம் இருக்கும். ஆனால், அது வங்கி வட்டிபோல குறைவாகத்தான் இருக்கும்.

பங்குச் சந்தை சம்பந்தப்பட்ட யூலிப் திட்டத்தில் சேர்ந்தால், வருமானம் அதிகமாகவோ அல்லது குறைவாகவோ இருக்கலாம். காரணம் தெரிந்ததுதான். பங்குச் சந்தை கொட்டியும் கொடுக்கும்; முதலையே கெடுக்கவும் செய்யும்.

அதனால்தான், ரிஸ்க் எடுக்கும் தைரியம் இருப்பவர்கள் அல்லது பங்குச் சந்தை (நீண்ட கால அடிப்படையில்) நன்றாகத்தான் இருக்கும் என்று நினைப்பவர்கள் மட்டும், 'டெட் ஃபண்ட்' வேண்டாம் என்று தெரிவித்து, பங்குச் சந்தை முதலீடு என்கிற முறையை யூலிப்பில் தேர்வு செய்யலாம்.

ஆம், யூலிப் எடுக்கும்போதே, எது போன்ற திட்டத்தில் முதலீடு செய்ய வேண்டும் என்கிற ஆப்ஷனை யோசித்து, சரியாக முடிவெடுக்க வேண்டும்.

பங்குச் சந்தை (ஈக்விட்டி) திட்டத்தினையே தேர்வு செய்கிறோம் என்று வைத்துக்கொள்வோம். நாம் சேர்ந்து சில ஆண்டுகள் ஆகிவிட்டன. பங்குச் சந்தையும் நன்றாக, உயர்வாக இருக்கிறது. அது சமயம் ஃபண்டில் இருக்கும் யூனிட்டுகளை விற்று காசாக்கிக் கொள்ளலாமா? அனுமதிப்பார்களா?

'செய்யலாம். அதற்குத் திட்டத்தில் சேர்ந்ததில் இருந்து குறைந்த பட்சம் மூன்று ஆண்டுகள் ஆகியிருக்க வேண்டும். விற்று காசாக்கிக்கொள்ள வேண்டும் என்கிற அவசியமில்லை. ஆனால், செய்ய அனுமதி உண்டு (வரியும் உண்டு).

பங்குச் சந்தையில் ஒரு நேரம் உயர்வும் வேறு நேரம் தாழ்வும் மாறி மாறி வரத்தான் செய்யும். எடுத்துக்கொண்ட திட்ட காலம் வரையோ அல்லது நம்முடைய ஓய்வுக் காலம் வரையோ, அதனைத் தாராளமாக விட்டு வைக்கலாம். பங்குச் சந்தை சம்பந்தப் பட்டது எதுவுமே, விவரம் தெரிந்தவர்களால் கையாளப்படும் போது, நீண்ட காலத்தில் சரியாக வந்து விடும்.

அதேபோல, நாம் சேர்ந்து 3 ஆண்டுகள், 5 ஆண்டுகள் ஆகிவிட்டது. பங்குச் சந்தை நல்ல உயர்வில் இருக்கிறது. நம் யூனிட்டுகளின் மதிப்பும் உயர்ந்திருக்கிறது. என்ன செய்யலாம்? காசாக்கிக் கொண்டு விடலாம். மீண்டும் சரியும்போது, வேறு திட்டத்தின் மூலம் உள்ளே வரலாம்.

'வெளியேறும் காலத்திற்கும், மீண்டும் வேறு திட்டத்தின் மூலம் உள்ளே வரும் காலத்திற்கும் இடைப்பட்ட காலத்திற்கு காப்பீடு என்கிற கவசம் இல்லாமல் போய்விடுமே!'

'மிகவும் சரி. அதனால்தான், வெறும் யூலிப் மட்டும் போதாது. 'கன்வென்ஷனல்' என்கிற வழக்கமான, சாதாரண இன்சூரன்ஸ் திட்டங்களும் அவசியம் என்பது.'

‘அப்படியென்றால்...’

‘காப்பீட்டுக்காக ஒதுக்கும் பணத்தில் ஒரு பகுதியை மட்டும் யூலிப் திட்டத்தில் போடுவது நல்லது.’

‘சரி. யூலிப்பில் நாம் சேர்ந்தாகிவிட்டது. இடையில் விலகவில்லை அல்லது வாய்ப்பு கிடைக்கவில்லை. திட்ட முதிர்வு காலத்திற்கு வந்தாகிவிட்டது. அது சமயம், பங்குச் சந்தை இறக்கத்தில் இருந்தால் என்ன செய்வது? யூனிட்டுகளின் நிகர சொத்து மதிப்பு குறைவாக இருக்கும். விற்றால் நமக்கு நட்டம்தானே!’

‘அப்படிச் செய்யவேண்டும் என்ற கட்டாயமில்லை. திட்டம் முதிர்வடையும் நேரம் ஏதோ காரணங்களுக்காக, நம் யூனிட்டுகளின் NAV சுமார் என்றால், ஃபண்ட் வேல்யூவில், பத்தில் ஒரு பங்கினை (10%) மட்டும் எடுத்து விற்றுக் காசாக்கலாம். அடுத்த ஆறு மாதத்திற்குள் இன்னொரு 10% சதவிகிதம். இப்படியாக, ஆறு மாதங்களுக்கு ஒரு முறையாக 10 தவணைகளிலும்கூட எடுக்க, விற்க அனுமதி உண்டு.’

‘யூலிப் திட்டத்தில் சேர்ந்த ஒருவருக்கு இரண்டு பலன்கள் (காப்பீடு + பரஸ்பர நிதி போன்ற யூனிட் திட்டம்) கிடைப்பது என்பது நன்றாகத்தான் இருக்கிறது. என்ன ஆனாலும் இரண்டு திட்டங்களுக்கும், அவருடைய பிரீமியப் பணம்தானே எடுத்துக் கொள்ளப்படும்!’

கேள்வி சரிதான். ஒருவர் யூலிப் திட்டத்தில் சேருகிறார். அது பங்குச் சந்தை தொடர்பான திட்டம்.

காப்பீட்டுக்காகவும் அவருடைய பணத்தில் ஒரு பகுதி தொடர்ந்து போகிறது. மீதம்தான் பரஸ்பர நிதி போன்ற ஃபண்டுக்குப் போகிறது. ஆனால், பெரும்பாலான திட்டங்களில் பாலிசிதாரருக்கு இரண்டில் ஒரு பலன்தான் கிடைக்கும்.

திட்ட காலத்திற்கு முன்பாக பாலிசிதாரர் மறைந்தால், முழு காப்பீட்டுத் தொகை வழங்கப்படும். திட்ட காலம் முடிந்து அவர் பணம் எடுக்க விரும்பினால், ஃபண்டில் உள்ள யூனிட்டுகளின் மதிப்பளவு பணம் கிடைக்கும். அது காப்பீட்டுத் தொகையை விடக் குறைவாக இருந்தால், காப்பீட்டுத் தொகையே கொடுக்கப்படும்.

யூலிப்பில் இருக்கும் இன்னொரு அனுகூலம் இதுதான். இன்சூரன்ஸுக்காகப் பிரீமியத்தில் இருந்து எடுக்கப்படும் தொகை ஆண்டுகள் போகப் போக குறைந்து, அதனால் ஃபண்டுக்காக எடுக்கப்படும் தொகை அதிகரிக்கும்.

இதனால் ஃபண்டு மதிப்பு நீண்ட காலத்தில் அதிகரிக்கும். திட்ட முதிர்வு காலம் நெருங்க நெருங்க, யூனிட்டுகள் வாங்க எடுத்துக் கொள்ளப்படும் பணத்தின் பகுதி அதிகரிக்கும்.

யூலிப்பில் இவ்வளவு தகவல்களா என்கிற பிரமிப்போ, அச்சமோ தேவையில்லை. ஒரு வரிச் செய்தி இதுதான். நீண்ட கால அணுகுமுறைக்கு யூலிப் லாபகரமானது. உங்கள் வயது குறைவா? உங்களுக்கு மிகவும் பொருத்தமானது யூலிப். உங்களுடைய ஓரளவு சேமிப்பினை, யூலிப்பில் போடுங்கள். ஒரே தவணையாக (லம்ப்சம்) இருபத்தைந்தாயிரம், ஐம்பதாயிரம் என்றும் போடலாம்.

கூடவே, இது பங்குச் சந்தை தொடர்பானது. அதனால் நீண்டகால அணுகுமுறைக்கு மட்டுமே ஒத்துவரும் என்கிற எச்சரிக்கையை மறக்கவேண்டாம்.

18

வங்கிகளில் போடும் டெபாசிட்டுகள்

முதலீடு செய்யும் நம் பணம் பத்திரமாக இருக்க வேண்டும். எவையெல்லாம் பத்திரமான முதலீடுகள்?

தங்கம், வீடுகள், நிலம், இடங்கள் எல்லாம் கண்ணுக்குத் தெரிகிற முதலீடுகள். எப்போதாவது வாங்கிய பிறகு அவற்றின் விலை இறங்கினாலும் இறங்கலாம். ஆனால், வித்தியாசங்கள் அவ்வளவு பெரியதாக இருக்காது. இவற்றை 'பிசிக்கல் அசெட்ஸ்' என்கிறார்கள். நம் நாட்டில் இன்னும்கூட பெரும் பாலானவர்களுக்கு முதலீடு என்றால் இவைதான்.

தவிர, நிதி தொடர்பான சொத்துக்களும் உண்டு. அவற்றின்மீது இப்போதுதான் கூடுதலான மக்களுக்கு அதிக கவனம் வந்திருக்கிறது. நம் பணத்தினைக் கொண்டு நாமே சொத்துக்கள் வாங்காமல், வேறு எவரும் வியாபாரம் செய்யவோ, முதலீடு செய்யவோ கொடுக்கிறோம். அதுதான் 'பைனான்சியல் அசெட்ஸ்' செய்யும் வேலை.

எல்லோருக்கும் தெரிந்தது, வங்கிகளில் செய்யப்படும் வைப்புகள். 'பிக்சட் டெபாசிட்ஸ்' என்பது இதன் பெயர். எல்லா வங்கிகளிலும் செய்யலாம். வருமானம் ஓரளவுதான் இருக்கும். ஒன்று அதிகபட்சம் வருடத்துக்கு தற்சமயம் 6,5 சதவிகிதம் வரை கொடுக்கப்படுகிறது. இது வங்கிக்கு வங்கி மாறுபடும். வங்கி

வைப்புகளிலும் சீனியர் சிட்டிசன்களுக்கு (65 வயது நிறைவானவர்கள்) அரை முதல் முக்கால் சதவிகிதம்வரை கூடுதல் வட்டி கொடுக்கப்படுகிறது. சில வங்கிகளில் 7.50%, 8.15%.

வங்கி வைப்புகளில் இருக்கும் பயன்கள்

போட்ட பணத்தினை எப்போது வேண்டுமானாலும் திரும்ப எடுத்துக் கொள்ளலாம். எத்தனை வருடங்களுக்கு என்று போடுகிறோமோ, அதற்கு முன்னதாகத் திரும்ப எடுக்க விரும்பினாலும் செய்யலாம். இதற்கு 'ஃபோர் குளோசர்' என்று பெயர். குறிப்பிட்ட காலம் விட்டு வைக்காததற்காக அவர்கள் கொடுக்கும் வட்டியில் கொஞ்சம் குறைத்துக்கொள்ளுவார்கள். மற்றபடி பணத்தினை எப்போது வேண்டுமானாலும் திரும்ப எடுக்கலாம் என்பது இதன் முக்கிய அம்சம்.

வங்கிகளில் போடப்படும் வைப்புகளுக்குக் கிடைக்கும் வட்டி முழுவதுமே வருமானமாகக் கருதப்படும். வருமான வரிக்காக டி.டி.எஸ். (TDS) தொகை பிடிப்பார்கள். '15ஜி' என்கிற படிவம் கொடுத்தால் டி.டி.எஸ். பிடித்தம் செய்ய மாட்டார்கள். வருமான வரி வரம்புக்குள் வருபவர்கள்தான் வரி கட்ட வேண்டும். இல்லாவிட்டால் பிடித்தம் செய்யப்பட்ட டி.டி.எஸ்.சினை வரிக் கணக்கு (ரிட்டர்ன்) தாக்கல் செய்யும்போது, அதில் காட்டி திரும்பப் பெறலாம்.

வங்கிகளில் நபர் ஒன்றுக்கு அதிகபட்சமாக ஒரு லட்ச ரூபாய் வரை போடப்படும் வைப்புப் பணத்தினை (அசல்) வருமான வரி சட்டப் பிரிவு '80 C' யின் கீழ் காட்டி வரி விலக்கு பெறலாம்.

அதாவது ஒருவருக்கு ஆண்டு ஒன்றுக்கு நான்கு லட்ச ரூபாய் வருமானம் வருகிறது. அவர் வரி கட்ட வேண்டி வருகிறது. அவர், அந்த வருமானத்தில் இருந்து, 50 ஆயிரம் ரூபாயை, ஒரு வங்கியில் ஐந்து ஆண்டுகளுக்கு, வைப்பாகப் போடுகிறார் என்றால், அந்த 50 ஆயிரம் ரூபாயினை '80 C' கணக்கில் எடுத்துக்கொண்டு அவருக்கு வரி விலக்கு கொடுக்கப்படும். ('80 C'யின் கீழ் மொத்தமாக ஒன்றரை லட்சம் வரைதான் அனுமதி. வேறு சேமிப்புகள் ஏதும் செய்யாத பட்சம், அவர் வங்கி வைப்பேகூட ஒன்றரை லட்சம்வரை அதிகபட்சமாக செய்து வரி விலக்கு பெறலாம்). இந்தச் சலுகை குறைந்தபட்சம் ஐந்து ஆண்டுகளுக்குப் போடப்படும் வைப்புகளுக்கு மட்டுமே பொருந்தும்.

இப்படிக் கிடைக்கிற வரி விலக்கினையும் சேர்த்துப் பார்த்தால், கிடைக்கிற வருமானம் (வட்டி வரிச் சலுகை) கணிசமாகவே இருக்கும். மற்ற கடன் பத்திரங்களைவிட இந்தக் காரணங் களினால் வங்கி வைப்பு விரும்பப்படுகிறது.

கையில் ரொக்கம் இருக்கிறதா? இன்னும் ஒரு சில மாதங்கள் கழித்துத்தான் அதற்குத் தேவை இருக்கிறதா? அப்படியென்றால் அந்தப் பணத்தினை வங்கிகளில் போட்டு வைக்கலாம். குறைந்த பட்சம் 15 நாட்களுக்குக் கூட பணத்தினை வங்கிகளில் வைப்பாகப் போட்டு வைக்கலாம். குறைவாகவே இருந்தாலும் அதற்கு 3 அல்லது 3 1/2% வட்டி கிடைக்கும்.

வங்கிகள் என்றாலே பாதுகாப்பானதுதானா? அதில் போடப்படும் பணத்திற்குப் பிரச்னை ஏதும் இல்லையா? என்கிற கேள்வி வரலாம். பொதுவாக பிரச்னை இல்லைதான். ஆனால் சில வங்கிகள் பிரச்னைகளுக்கு உள்ளாகியிருக்கின்றன. சில ஆண்டுகளுக்கு முன் நடந்த உதாரணம் குளோபல் டிரஸ்ட் வங்கி. வங்கிகளுக்கு அப்படி ஏதும் ஆகிவிட்டால், வங்கியில் போட்ட பணம், முதலீட்டாளருக்குத் திரும்பக் கிடைக்குமா? கிடைக்காதா?

இங்கேயும் ஒரு லட்சம் என்பதுதான் வரம்பு. இதற்காக வங்கிகளே காப்பீடு செய்துள்ளன. முதலீட்டாளர் ஒவ்வொருவர் செய்யும் வைப்புக்கும் காப்பீடு உண்டு. அதிகபட்சமாக ஒரு லட்ச ரூபாய். வங்கிக்கு ஏதும் ஆகிவிட்டாலும் நபர் ஒன்றுக்கு அவர் செய்த வைப்புத் தொகை அல்லது ஒரு லட்சம் இவ்விரண்டில் எது குறைவோ, அது கிடைக்கும். வங்கி வைப்புகளுக்கு இருக்கும் இன்னொரு கூடுதல் நன்மை இது. இது பரஸ்பர நிதியிலோ பங்குகளிலோ இல்லாத வாய்ப்பு. ஆனால், அஞ்சலக சேமிப்பு வைப்பு, தேசிய சேமிப்புப் பத்திரம், பப்ளிக் பிராவிடண்ட் பண்ட் போன்றவற்றில் முழுப் பணத்திற்கும் கியாரண்டி உண்டு. வங்கி வைப்புகளில் ஆபத்து ஏதும் ஏற்படும் பட்சம், அதிகபட்சமாக ஒரு லட்ச ரூபாய்க்குத்தான் காப்பீடு உண்டு.

வங்கி வைப்பு தவிர, வேறு என்ன முதலீட்டு வாய்ப்புகள் இருக்கின்றன? பப்ளிக் பிராவிடண்ட் ஃபண்ட் (PPF) என்கிற அரசின் திட்டம் இருக்கிறது. இது வங்கி மூலம்தான் நடத்தப் படுகிறது. 15 ஆண்டுகளுக்கான திட்டம். இதில் முதலீடு

செய்யப்படும் பணத்திற்கும் 80 C பிரிவின் கீழ் வரி விலக்கு உண்டு. பணத்திற்கு முழு கியாரண்டி. ஆனால், விருப்பம்போல திரும்ப எடுக்க முடியாது. குறைந்தபட்சம் ஏழு ஆண்டுகள் ஆகவேண்டும். கடன் வேண்டுமானால் மூன்று ஆண்டுகளுக்குப் பிறகு கிடைக்கும்.

இன்னும் என்ன என்ன பத்திரமான முதலீட்டு வாய்ப்புகள் இருக்கின்றன?

19

மூன்று விதமான பிராவிடெண்ட் ஃபண்டுகள்

பாதுகாப்பான ஃபண்டு என்றால், அது வங்கி வைப்புகள் மட்டுமல்ல. பி.பி.எப். என்றும் ஒன்று இருக்கிறது.

சேம நல நிதியான PF மூன்று வகைப்படும். அரசு ஊழியர்களுக்கான GPF, மற்ற ஊழியர்களுக்கான CPF, தவிர ஊழியர் அல்லாதவர்களுக்கான PPF.

மூன்றையும் சற்று விரிவாகவே பார்த்துவிடலாம்.

சேம நல நிதி பற்றி அலுவலகங்களில், தொழிற்சாலைகளில் பணி புரிபவர்களுக்குத் தெரிந்திருக்கும். இதற்கென்று தனியாக ஒரு சட்டமே உண்டு. ஊழியர்கள் பி.எப். மற்றும் ஏனைய சில சலுகைகள் கொண்ட அந்தத் திட்டத்திற்கு Employees PF and Misc Provisions Act என்று பெயர். 1952 ஆம் வருடம் கொண்டு வரப்பட்ட மத்திய அரசின் சட்டம் இது. இருபதிற்கும் மேற்பட்ட ஊழியர்கள் வேலை செய்யும் இடங்களில், நிறுவனம் அதன் ஊழியர்களுக்குச் சேம நல நிதி என்கிற இந்தத் திட்டத்தினை வழங்கியே ஆக வேண்டும்.

எல்லாம் பணம்தான் என்றாலும், ஒருவர் பெறுகிற மாதச் சம்பளம் என்பது சில பகுதிகளில் ஆனது. அதில் முக்கிய பகுதி,

அடிப்படை சம்பளம். இதனை ஆங்கிலத்தில் ‘பேசிக் பே’ என்பார்கள். அடுத்து பெரிய பகுதி, பஞ்சப்படி. ஆங்கிலத்தில் இதனைக் கொஞ்சம் கௌரவமாகச் சொல்லலாம். ‘டியர்னெஸ் அலவன்ஸ்’. அதாவது சுருக்கமாக டி.ஏ. இவை தவிர, இன்னும் கூட சில பகுதிகள் உண்டு (வீட்டு வாடகைப்படி போன்றவை). அவையெல்லாம் இருக்கட்டும். காரணம், சேம நல நிதியைப் பொறுத்தவரை, முதல் இரண்டு பகுதிகளின் அடிப்படைச் சம்பளமும், டி.ஏ.வும் தான் கணக்கில் எடுத்துக் கொள்ளப்படும்.

‘பேசிக் + டிஏ’ எவ்வளவோ, அந்தத் தொகையில் நூற்றுக்கு 12 ரூபாய் வீதம் (12%) ஊழியரின் சம்பளத்தில் இருந்து சேம நல நிதிக்காகப் பிடித்தம் செய்யப்படும். இப்படிப் பிடித்தம் செய்யப்படும் தொகைக்குப் பெயர், ‘ஊழியர் பங்கு’ (Employee Contribution).

‘பேசிக் + டிஏ‘ எவ்வளவு இருந்தாலும், அதிகபட்சமாக 6500 ரூபாய்க்கு மட்டும், 12% பி.எப். பிடித்தால் போதும். அதற்கு மேலும் கொடுக்கப்படுகிற ‘தொகை’க்குப் பி.எப். பிடித்தம் செய்வதென்றாலும் செய்யலாம். அது நிறுவனத்தின் விருப்பத்தினைப் பொறுத்தது.

எதற்காக நிறுவனத்தின் விருப்பம் என்று சொல்லப்படுகிறது என்கிற சந்தேகம் வரலாம். காரணம் இருக்கிறது. ஊழியரிடம் எவ்வளவு பிடித்தம் செய்யப்படுகிறதோ, அதே அளவு தொகையினை, நிறுவனம் அதன் பங்காக (நிறுவனத்தின் பங்கு) கொடுக்க வேண்டும். இரண்டு பங்குகளையும் சேர்த்து, அரசு நடத்தும் சேம நல அலுவலகத்தில் ஊழியரின் கணக்கில் கட்ட வேண்டியது நிறுவனத்தின் கடமை.

முன்பெல்லாம், ‘ஒருவர் வேலைக்குச் சேர்ந்து ஒரு வருடம் கழிந்து’ என்றும், அதன் பின் ‘ஆறு மாதம் கழிந்து’ என்றும், அதன்பின், ‘மூன்று மாதம் முடிந்ததும்’ என்றெல்லாம் இருந்த சட்டம், இப்போது, ‘ஒருவர், ஒரு நாள் வேலை செய்தால்கூட அவருக்கு நிறுவனம் சேம நல நிதி கட்ட வேண்டும்’ என்று மாற்றப்பட்டுள்ளது.

ஆக (அரசு அல்லாத) நிறுவனங்களில் வேலை செய்யும் எவருக்கும், அவரது ஊதியத்தில் இருந்து ஒரு பகுதி கட்டாய சேமிப்பாகி விடுகிறது. ஒரு பகுதி என்றால், அடிப்படை சம்பளம்

மற்றும் பஞ்சப்படியில் 24% (ஊழியர் பங்கு 12% + நிறுவனத்தின் பங்கு 12%). கிட்டத்தட்ட ஒரு பகுதி. கணிசமான தொகைதான்.

அரசு ஊழியர்களுக்கு இந்த EPF சட்டம் 1952 பொருந்தாது. அவர்களுக்கு ஜெனரல் பிராவிடெண்ட் ஃபண்டு (GPF) என்று ஒரு தனிச் சட்டம் இருக்கிறது. அதில் நிறுவனத்தின் பங்கு என்பது கிடையாது. ஊழியரின் பங்கு மட்டும்தான். (நிறுவனம் (அரசு) சேம நல நிதிக்குப் பணம் தருவதற்குப் பதிலாக ஓய்வூதியம் என்கிற நல்ல திட்டம் தரப்படுகிறது). அதனால் அவர்கள் ஊதியத்தில் ஒரு பகுதி (பேசிக் + டிஏவில் குறைந்தபட்சம் 10%) கட்டாய சேமிப்பு ஆகி விடுகிறது. அவர்கள் விரும்பினால், அதற்கு மேலும் கூட GPFல் போடலாம், சேமிக்கலாம்.

மொத்தத்தில், முறைப்படுத்தப்பட்ட இடங்களில் வேலை செய்பவர்கள் அனைவருக்கும், ஏதாவது ஒரு சேம நல நிதி உண்டு. கூடுதலோ அல்லது குறைவோ, மாதா மாதம் ஏதோ ஒரு தொகை சேமிப்பிற்குப் போய்விடுகிறது. ஒருவர் 25 வயதில் வேலைக்குச் சேர்வதாக வைத்துக்கொண்டால்கூட, ஓய்வு பெறும் 60 வயது வரை கணக்கிட்டால் 35 ஆண்டுகளுக்குத் தொடர்ந்து செய்கிற தொடர் சேமிப்பு, சேமிக்கும் அந்தப் பணத்திற்கு வருமான வரி விலக்கு தவிர, சேமிப்பு மொத்தத்திற்கும் எட்டரை சதவிகிதம் வட்டி. எல்லாவற்றுக்கும் மேலாக, அந்த வட்டிக்கும் வருமான வரி கிடையாது.

அறுபது வயதுவரை வேலை செய்துவிட்டு ஓய்வு பெறும்போது, கணிசமாக சேர்ந்தும் வளர்ந்துமிருக்கும் சேம நல நிதி கை கொடுக்கும். சௌகர்யமாகவும், கௌரவமாகவும் வாழ உதவும்.

'வேலைக்குப் போகிறவர்களுக்கு இப்படி ஒரு வசதி இருக்கிறதே! நாங்கள் வியாபாரம் செய்கிறோம், விவசாயம் செய்கிறோம், கைத்தொழில் செய்கிறோம், எங்களுக்குச் சம்பளம் என்று ஒன்று கிடையாது. அது பரவாயில்லை. ஆனால் வயதான பிறகு என்ன செய்ய? எங்களுக்கு இப்படி சேம நல நிதி போன்ற பாதுகாப்பு ஏதும் இருக்கிறதா?' என்று கேட்கலாம்.

அதற்கான பதில், பி.பி.எப். (PPF) பப்ளிக் பிராவிடெண்ட் ஃபண்ட்.

இது பொது மக்களுக்கான சேம நல நிதி. ஊழியர், ஊழியர் அல்லாதவர் என்கிற பாகுபாடு இதில் கிடையாது. எவரும் இதில்

சேரலாம். அரசு ஊழியர்களின் ஜி.பி.எப். போன்றது இது. காரணம், இங்கேயும் ஒரு பங்குதான். நிறுவனர், ஊழியர் என்பது கிடையாது.

இதில் போடப்படும் பணத்திற்குப் பொது மற்றும் ஊழியர்களின் சேம நல நிதி போன்றோ, 80 சி பிரிவின் கீழ், வரி விலக்கு உண்டு. இதில் கிடைக்கும் வட்டிக்கும் வரி கிடையாது (பொது மற்றும் ஊழியர் சேம நல நிதி போன்றே).

அந்த சேம நல நிதிகளை இடையில் எடுக்காமல், ஓய்வு காலம்வரை சேமித்தாக வேண்டும் என்பதுபோலவே இங்கேயும் கால வரையறை உண்டு. அது 15 வருடங்கள். அங்கேயும் கடன் பெறலாம். இங்கேயும் கிடைக்கும். மூன்று ஆண்டுகளுக்குப் பிறகு, எல்லா சேம நல நிதிகளிலும், ஒரு பகுதியை சில அவசியத் தேவைகளுக்கு வேண்டுமானால் இடையிலும் எடுத்துக்கொள்ள முடியும். அந்த வசதி, பி.பி.எப்.இல் ஏழு வருடங்களுக்குப் பிறகு உண்டு.

வருடம் ஒன்றுக்கு ஒருவர் அதிகபட்சமாக எழுபதாயிரம் ரூபாய் வரைகூட PPFஇல் போடலாம் (80சி பிரிவில் மொத்தம் ஒன்றரை லட்சம்தான். அதற்குள்தான் இதுவும் வரும்). கணக்கு தொடங்கி விட்டால், இடைவெளி விடாது ஒவ்வொரு ஆண்டும், குறைந்த பட்சம் ரூ. 500 கட்ட வேண்டும்.

15 வருடங்கள் என்பது குறைந்தபட்சம்தான். அதற்கு மேலும் விட்டு வைக்கலாம். விட்டு வைக்க வேண்டும். நிறுவனங்களில் வேலை செய்பவர்களுக்கு நிறுவனம் செய்யும் சேம நல நிதி இருக்கிறது. தேவைப்பட்டால், அவர்கள் அதே நிதியில்கூட, விருப்பப் பங்களிப்பு (Voluntry PF) என்று தங்கள் ஊதியத்திலிருந்து 12%க்கும் அதிகமான பணத்தினைச் செலுத்தலாம். அதற்கும் வரியில்லாத வட்டி கிடைக்கும். அவர்களுக்கு பி.பி.எப். என்பது கூடுதல் வாய்ப்புதான். விரும்பினால் சேரலாம். இல்லாவிட்டால், 80 சி பிரிவின் கீழ் வரிச் சலுகை கிடைக்கும். மற்ற முதலீட்டு வாய்ப்புகளுக்கும் (காப்பீடு, இ.எல்.எஸ்.எஸ்., ஐந்து ஆண்டு கால வங்கி வைப்பு போன்றவற்றுக்கு) போகலாம்.

ஆனால், பணி புரியாத, மாத ஊதியம் பெறாத ஒவ்வொருவரும், பி.பி.எப்.இல் சேருவதைப் பற்றிக் கட்டாயம் யோசிக்க

வேண்டும். ரிஸ்க் இல்லாத முதலீடு, மிதமான வருமானம் (8% வட்டி), கட்டும் பணம் மொத்தத்திற்கும் வரி விலக்கு, வரும் வட்டிக்கும் வரி விலக்கு போன்றவை மட்டுமல்ல, அதற்கான காரணங்கள். ஓய்வு காலத்திற்காக, எல்லோருமே கொஞ்சமேனும் சேமித்தாக வேண்டும். வியாபாரியோ, தொழில் செய்பவரோ, ஓய்வு கால தேவை என்பது எல்லோருக்கும் ஒன்றுதான். வியாபாரம், சுய தொழில் என்பதெல்லாம் வேறு. தனிப்பட்ட சேமிப்பு என்பது வேறு.

அப்படிச் சேமிக்கும் பணம் பாதுகாப்பான இடத்தில் இருக்க வேண்டியதும், ஓய்வு காலத்தில் கணிசமாக சேர்ந்தும் வளர்ந்தும் இருக்க வேண்டியதும் அவசியம். அதற்கு பி.பி.எப். ஒரு நல்ல வாய்ப்பு. பி.பி.எப். கணக்குகளை குறிப்பிட்ட அஞ்சலகங்கள் மற்றும் பொதுத் துறை வங்கிகளில் தொடங்கலாம்.

20

கடன் பத்திர பரஸ்பர நிதிகள்
(Debt Funds)

தலை வாழை இலை போட்டிருக்கிறது. சாப்பிட உட்காருகிறோம்.

கேசரி வைக்கிறார்கள். பொன் நிறத்தில், நெய் வழியும் கேசரி. தொட முடியவில்லை. அவ்வளவு சூடாக இருக்கிறது. ஒரு விள்ளல் எடுத்து வாயில் போடுகிறோம். நல்ல இனிப்பாக இருக்கிறது. நிமிர்ந்து, பரிமாறுபவரைப் பார்க்கிறோம். இன்னும் கொஞ்சம் கேசரி வைக்கிறார். நகராமல் சற்று நேரம் அங்கேயே நிற்கிறார். பின் மீண்டும் சிறிது கேசரி வைக்கிறார். சற்று நேரம் போகிறது. அடுத்தும், சில்வர் வாளியில் இருந்து வழித்து ஒரு கரண்டி கேசரி எடுக்கிறார். நம் இலையில் வைக்கிறார். போய்விடுகிறார்.

இது எப்படி இருக்கிறது?

இந்தியா, தென்னாப்பிரிக்க அணிகள் மோதும் கிரிக்கெட் டெஸ்ட் பந்தயம். இந்திய அணியில் விளையாடவிருக்கும் வீரர்களின் பெயர்கள் அறிவிக்கப்படுகின்றன. அணியில் மொத்தம் பதினோரு வீரர்கள் ஆடலாம். தோனி, சேவாக் போன்ற பதினோரு அதிரடி மட்டையாளர்கள் பெயர்கள் அறிவிக்கப்படுகின்றன. ஆமாம், அணியில் ஆடுவதற்காகத் தேர்வு செய்யப்பட்ட பதினோரு பேருமே ‘பேட்ஸ்மென்’கள். பேட்ஸ்மென்கள் மட்டுமே!

இது எப்படி இருக்கிறது?

ஒருவர் புதியதாக பங்குச் சந்தை பற்றித் தெரிந்துகொள்கிறார். அதில் இறங்குகிறார். சுவாரசியமாக இருக்கிறது. பங்குகள் வாங்குகிறார். இன்னும் கொஞ்சம் பங்குகள் வாங்குகிறார். சேமிப்பு தொடர, மீண்டும் பங்குகள் வாங்குகிறார். மற்ற வகை முதலீடுகளில் இருந்து பணத்தினை எடுத்து, அந்தப் பணத்திற்கும் பங்குகளே வாங்குகிறார்.

இன்னொருவர் வேறு மாதிரியானவர். அவருக்கு முன் ஜாக்கிரதை அதிகம். அவர் செய்யும் முதலீடு எப்போதும் வங்கி டெபாசிட்தான். வேறு ஒருவர், எவ்வளவு பணம் சேர்ந்தாலும், அதற்கு வீடுதான் வாங்குவார். இன்னும் சிலர் எல்லா பணத்தினையும் நகையிலேயே போடுவார்கள். வேறு சிலருக்கு முதலீடு என்றாலே இடம் வாங்குவதுதான்.

கேசரி. மீண்டும் கேசரி. திரும்பவும் கேசரி. இதுவேதானா மொத்த பலகாரமும்! உடன் ஒரு இட்லி, வடை, காபி வேண்டாம்?

தேர்வு செய்யப்பட்ட பதினோரு பேருமே பேட்ஸ்மென்களாக இருந்தால் எப்படி? பந்து வீச்சாளர்கள், விக்கெட் கீப்பர் போன்றவர்கள் இல்லாமல் ஒரு அணியா? இதென்ன வெற்றி பெறுகிற வழியாகத் தெரியவில்லையே என்று தோன்றுகிறதா இல்லையா?

அதேதான் முதலீட்டு விஷயத்திலும். எது தெரிந்ததோ, அது மட்டுமேதான் என்று ஒன்றில் எல்லாவற்றையும் இறக்குவது புத்திசாலித்தனம் அல்ல. அந்த அணுகுமுறையின் மூலம் ஒருவர் கூடுதல் ரிஸ்க் எடுக்கிறார். அல்லது மற்ற வாய்ப்புகளைத் தவற விடுகிறார்.

உணவு என்றால், சரிவிகித உணவு. அணி என்றால் பல்திறன் பெற்றவர்கள் இருக்கும் 'பேலன்ஸ்டு' அணி. அதேபோல, முதலீடுகளுக்கும், 'பேலன்ஸ்டு போர்ட் போலியோ'தான் சரி.

சேமிக்கிற பணத்தினை முதலீடு செய்வதற்கு ஒன்றல்ல, பல வாய்ப்புகள் இருக்கின்றன. ஒவ்வொன்றுக்கும் ஒரு சிறப்பு. அவற்றின் சாதக பாதகங்களில் வித்தியாசம் இருக்கிறது.

அதனால்தான் பங்குகள், பரஸ்பர நிதிகள், தங்கம் தவிர, இ.எல்.எஸ்.எஸ்., ஃபிக்செட் டெபாசிட், சேம நல நிதி

போன்றவற்றையும் பார்த்தோம். இதெல்லாம் எனக்கு எதற்கு? என்று எதையும் தள்ள வேண்டாம். என்ன? ஏன்? எப்படி? என்று தெரிந்து கொள்ளலாம். வயது, தேவைகளுக்கு ஏற்ப முடிவுகள் எடுக்கலாம்.

அந்த வரிசையில் அடுத்து பார்க்க வேண்டியது, கடன் பத்திரங்களில் முதலீடு செய்யும் பரஸ்பர நிதிகள்.

சில ஆண்டுகள் லாபத்தினைக் கொட்டிக் கொடுக்கும்/ கொண்டிருந்த பங்குச் சந்தையின் 'காளை மாடு' ஒரு கட்டத்தில் திடீரென சோர்ந்து விடும். மீண்டும் எப்போது வேகமெடுக்கும், பாயும் என்று தெரியாது.

லாபம் என்றால் அள்ளித் தரும்தான். ஆனால், எதிர்பாராத நேரத்தில் இப்படி விழுந்து படுத்துக்கொள்ளவும் செய்யும். அதனால்தான், பணத்தினை, எல்லாவிதமான முதலீடுகளிலுமாகப் பிரித்துப்போட வேண்டும் என்பது.

வருமான வாய்ப்புக் குறைவாக இருந்தாலும், போடுகிற பணத்திற்கு பாதுகாப்பு இருக்கிற முதலீடுகளிலும், ஓரளவு பணத்தையாவது போடத்தான் வேண்டும்.

அப்படிச் செய்யக் கூடிய முதலீடுகளில் பலவும் அரசு தொடர்புடையன. தேசிய சேமிப்புப் பத்திரம் (NSC) ஆறு ஆண்டுகளுக்கானது. தேவை என்றால் இடையிலும் எடுக்கலாம் தான். ஆனால், அதற்கு முதலீடு பத்தாயிரமோ, அதற்கு அதிகமாகவோ இருக்கவேண்டும். தவிர, குறைந்தபட்சம் மூன்று ஆண்டுகள் ஆகியிருக்க வேண்டும்.

கிசான் விகாஸ் பத்திரத்தில் (KVP) போடும் தொகை எட்டு வருடம் ஏழு மாதங்களில் இரட்டிப்பாகும். 'வட்டியைக் குறைத்துக் கொள்ளுவதானாலும் சரிதான். எனக்கு அவசரம். போட்ட பணத்தினை திரும்பத் தாருங்கள்' என்று கேட்டாலும், குறைந்த பட்சம் இரண்டரை ஆண்டுகளுக்குப் பிறகுதான் எடுக்க அனுமதிப்பார்கள்.

அஞ்சலகத்திலும் போடலாம்தான். தொடர் சேமிப்பு ஆரம்பித்தால் குறைந்தபட்சம் ஐந்து ஆண்டுகளுக்குத்தான் போடலாம். 'டைம் டெபாசிட்' ஆக போடுவதென்றால், குறைந்தபட்சம் ஒரு வருடம் விட்டு வைக்கவேண்டும். ஆறு மாதத்தில் வேண்டுமென்று

கேட்டால் கொடுப்பார்கள். வட்டியைக் குறைத்துவிடுவார்கள். அதற்குச் சேமிப்புக் கணக்கு வட்டிதான் கிடைக்கும்.

ஆகக் கூடி, பணம் பத்திரமாக இருக்க வேண்டுமென்றால், அதே சமயம் ஓரளவு கூடுதல் வருமானம் (வட்டி) வேண்டுமென்றால், பணத்தினை உடனடியாக எடுக்க முடியாதனவற்றுள்தான் போட வேண்டி வரும்.

இதை மாற்ற முடியாதா?

முடியும். அதற்கு வங்கிகளில்தான் போட்டு வைக்க வேண்டும். அங்கேயும் குறிப்பிட்ட ஆண்டுகளுக்கு மேல் விட்டு வைப்பதற்குத் தான் கூடுதல் வட்டி. மற்றவற்றுக்குச் சொற்ப வட்டிதான்.

வேறு ஏதும் வேண்டும்போது எடுக்கவும் முடிய வேண்டும். வங்கி வட்டியை விடக் கொஞ்சமே கூடுதலாகக் கிடைக்க வேண்டும். பணம் பாதுகாப்பாக இருக்க வேண்டும். முடியுமா?

அங்கேதான் 'டெபட் ஃபண்ட்ஸ்' (Debt Funds) வருகின்றன. அரசின் கியாரண்டி கிடையாதே ஒழிய, இங்கேயும் பணம் பத்திரமாகத்தான் இருக்கும். வேண்டும்போது எடுத்துக் கொள்ளலாம். வட்டியும் ஓரளவு கூடுதலாகவே இருக்கும். தவிர, இதில் கிடைக்கும் முதல் பெருக்கத்திற்கு, வருமான வரியிலும் சில சாதகங்கள் உண்டு.

அட! அதனால்தான் அதிக ரிஸ்க் எடுக்க விரும்பாத நிறுவனங்கள் (கார்ப்பரேட்ஸ்) இப்படிப்பட்ட ஃபண்டுகளில் பணத்தினைப் போட்டு வைக்கிறார்கள். தவிர அவர்களுக்குத் திடீர் திடீரெனப் பணம் தேவைப்படலாம். உடனே எடுக்கவும் முடிய வேண்டும். அதற்கு ஏற்றவை இந்த விதமான 'நிதிகள்'.

நிறுவனங்களுக்கு மட்டுமா? எங்களுக்கும்தான் அப்படிப்பட்ட தேவைகள் இருக்கின்றன என்று நினைப்பவரா நீங்கள்? அப்படியென்றால் கவனமாகவே படியுங்கள்.

இவற்றிலும் பல வகைகள் உண்டு.

இன்கம் ஃபண்டுகள்: நம்மிடம் இருந்து பெறப்படும் பணம், கார்ப்பரேட் ஃபண்டுகளில் முதலீடு செய்யப்படும். ஆண்டுக்கு எட்டு முதல் ஒன்பது சதவிகிதம்வரைகூட வருமானம் கிடைக்கும்.

லிக்விட் ஃபண்ட்ஸ்: மிகக் குறுகிய காலத்திற்குக்கூட போட முடியும். நிலமோ, வீடோ வாங்க ஏற்பாடு செய்துகொண்டிருக் கிறோம். கையில் ரொக்கமாக வைத்துக்கொள்ளாமல், சில மாதங்களுக்கு அல்லது நாட்களுக்குக்கூட போட்டு வைக்கலாம். வேண்டும்போது உடனே எடுக்கலாம்.

இவையெல்லாம் தவிர, **ஷார்ட் டர்ம் புளோட்டர், லாங் டர்ம் புளோட்டர்** போன்றவையும் உண்டு.

எஃப்.எம்.பி. (FMP) என்று ஒரு வகை. ஆங்கிலத்தில் Fixed Maturity Plan. போடுகிற பணத்தினை குறிப்பிட்ட காலத்திற்குத் திரும்பக் கேட்க மாட்டோம் என்று சொல்லிப் போடுவது. அதனால் கூடுதல் வருமானம் கிடைக்கும். வைப்புக் காலம் முழுவதும் ஒரே அளவிலான நிலையான வட்டியும் கிடைக்கும்.

எவ்வளவு காலம் என்பதுதான் நிச்சயமாக இருக்க வேண்டுமே தவிர, அது வெறும் முப்பது நாட்கள் ஆகக்கூட இருக்கலாம். ஒன்று, இரண்டு, மூன்று வருடங்கள்வரைகூட எஃப்.எம்.பி.க்கள் போடலாம்.

வங்கி வட்டியை விட எஃப்.எம்.பி. ஒரு விதத்தில் உசத்தி. வட்டி வருமானத்திற்கு வருமான வரி உண்டு. ஆனால், இதில் வரும் வருமானத்திற்கு வட்டி கணக்கிடும்போது 'இண்டெக்ஸ்ஷேன்' கணக்கில் எடுத்துக்கொள்வார்கள். வரி குறையும்.

இவற்றையெல்லாம் பங்குகள் போலவே, தரகு நிறுவனங்கள் மூலம் வாங்கலாம்; விற்கலாம். தரகுக் கட்டணம் இல்லை. ஆனால், நுழைவு மற்றும் வெளியேறும் கட்டணங்கள் உண்டு.

டிமேட் கணக்கு தேவையில்லை. ஆனால், பான் கார்டு தேவை. வட்டி விகிதம் உயர்ந்துகொண்டே போகப் போகிறது என்று தெரிய வந்தால், இது போன்ற ஃபண்டுகள் அவ்வளவு லாபம் அல்ல. வரும் ஆண்டுகளில் வட்டி விகிதம் குறையப் போகிறது என்றால், உடனே இவற்றை வாங்கலாம். ஒரே தவணையில்தான் போட வேண்டும் என்பதில்லை. எஸ்.ஐ.பி. முறையிலும் இவற்றில் பணம் போட முடியும்.

முதலீடுகளில் எல்லாம் கலந்துதான் இருக்க வேண்டும். பங்குச் சந்தை போன்ற கேசரியோடு, இட்லி, வடை, காபி போல, இவையும் கொஞ்சம் தேவைதான்.

21

காப்பீடு எனும் பாதுகாப்பு

தெருமுனை குழாயடி, பச்சை, சிவப்பு, மஞ்சள், நீலம் என்று பல வண்ணங்களில் பிளாஸ்டிக் குடங்கள். குடங்களின் வரிசை நீளம் அந்தத் தெருவில் பாதி அளவு இருந்தது.

குழாயில் இருந்து வந்த தண்ணீரோ நூல்போல வடிந்தது. ஒரு குடம் நிரம்புவதற்கே 15 நிமிடங்களுக்கும் மேலானது. தங்கள் முறை வருவதற்கும், வந்த பின் குடம் நிரம்புவதற்கும் மக்கள் கொளுத்திய வெயிலில் காத்துக் கிடந்தார்கள்.

ஒரு மஞ்சள் நிறக் குடம் நிறைந்துவிட்டது. அதை இடுப்பில் வைத்துக் கொண்டு வீடு வந்து விட்டவர், வீட்டிற்குள் நுழையப் போகையில் கால் தடுக்கி, அடடா...! குடம், கீழே சாய்ந்து உருண்டது. பாதி தண்ணீர் வாசல் தரையில். குழாய்க்குத் திரும்பப் போகலாம்தான். ஆனால், 'அதெல்லாம் தெரியாது. வரிசையில் தான் வர வேண்டும். கடைசிக்குப் போ' என்று சொல்லி விடுவார்கள் இல்லையா?

பணம் ஒரு லட்சம் என்ன? பல லட்சங்கள்கூட சம்பாதிக்கலாம். அதே சமயம் சம்பாதிப்பதை இழக்காமலும் இருக்கவேண்டும். அது முக்கியம். பலருக்கும் பாவம், அந்தக் குழாயில் தண்ணீர் வருவது போலத்தான் மெதுவாகச் சேருகிறது பணம். பல வருடங்கள் சேர்ந்த பணத்தினை, கை தடுக்கி தரையில் கொட்டிய தண்ணீர்போல இழக்கலாமா?

'தண்ணீர் வேண்டுமானால் கால் கை தடுமாறிக் கொட்டும். குடம் தவறலாம், பணம் தவறுமா என்ன?'

நமக்கா தெரியாது? எவ்வளவு செய்திகள் கேட்கிறோம், படிக்கிறோம். 'வீட்டை உடைத்து திருட்டு', 'பஸ்ஸில் ஜேப்படி', 'பெண்ணிடம் வழிப்பறி', 'சீட்டுப் பிடித்தவர் ஓட்டம்' — இவையெல்லாம் சேர்த்த பணம் பறி போவதில் ஒரு ரகம்.

கூடுதல் வருமானத்திற்கு ஆசைப்பட்டு ஏமாறுவதும் உண்டு. அது அவர்களாகவே அவர்கள் தலையில் மண் அள்ளிப் போட்டுக் கொள்வது. இவையெல்லாம் போகவும், பணம் என்னும் 'குடத்துத் தண்ணீர்' கீழே கொட்டும் ஆபத்துகள் வேறு சில இருக்கின்றன. அலட்சியத்தினால் வரும் ஆபத்துக்கள்.

குமாருக்குக் கார் வாங்க ஆசை. சில வருடங்களுக்கு முன், 2000 வருட மாடல், 'மாருதி ஜென்' ஒன்றினை ஒன்னே கால் லட்ச ரூபாய்க்கு வாங்கினார். வாங்க வேண்டியதுதான். வாங்கியவர் என்ன செய்திருக்க வேண்டும்? தன் பெயருக்கு ஆர்.சி. புத்தகத்தினை மாற்றியிருக்க வேண்டும். வண்டிக்கு இன்சூரன்ஸூம் இல்லை.

அதெல்லாம் செய்ய ரூபாய் பத்தாயிரம் ஆகும் என்றார் புரோக்கர். 'நாம் எங்கே வெளியூரா எடுத்துக்கொண்டு போகப் போகிறோம்! ஏதோ நமது நகருக்குள்ளாகவே போய் வரப் போகிறோம். மேலும் ஒரு வருடம் ஓட்டிவிட்டு விற்று விடலாம்' என்று யோசித்து அவற்றைச் செய்யாமல் விட்டார். அவர் நினைப்பில், அவர் பணத்தினை செலவு செய்யாமல், பத்தாயிரம் ரூபாய் சேமித்திருக்கிறார்.

இப்படியே ஆறு மாதம் ஓடிவிட்டது. ஊரிலிருந்து வந்திருந்த சித்தப்பா, இவருடைய காரினை எடுத்துக்கொண்டு சென்னை பாரீஸ் கார்னர் போயிருக்கிறார். அவர் தப்போ, எதிரில் வந்தவர் த்ப்போ, கார்கள் மோதிக்கொண்டு விட்டன. கூட்டம் கூடிவிட்டது. பேப்பர்களை எடுக்கச் சொன்னால், சித்தப்பாவிற்கு ஆச்சரியம். காரில் அதெல்லாம் இல்லை. இடிபட்ட அந்த இன்னொரு கார்க்காரர் கை ஓங்கியது.

பிரச்னையில் இருந்து வெளிவர ஆன செலவு மொத்தம் ஐம்பதாயிரம். குமாருடைய சில வருட சேமிப்பு அப்படியே

‘லம்ப்’பாகப் போனது. அதனைச் சம்பாதிக்க, அவர் மீண்டும் வரிசையில் நிற்க வேண்டும். ஆமாம் வெயிலில்தான்.

நம் வண்டிதானே என்று இருக்க முடியாது. இடிபடும் இன்னொரு வண்டிக்கும் சேர்த்து, பணத்தைக் கொடுக்க வேண்டி வரும். இவற்றிலிருந்து எல்லாம் காப்பாற்றக் கூடியது, மிகச் சாதாரணமான தீர்வு. காப்பீடு. காப்பீடு ஒரு செலவே அல்ல. மிகப் பெரிய சேமிப்பு. சேமித்த பணத்திற்கு வாங்கும் பூட்டு போல, வலுவான பாதுகாப்பு.

‘இது தெரியாதா? யாரோ ஒரு குமார் வேண்டுமானால் அப்படி இன்சூரன்ஸ் எடுக்காமல் கார் ஓட்டியிருக்கலாம்’ என்று தோன்றுகிறதா? தெரியாதவர்கள், எடுக்காதவர்களுக்கு எச்சரிக்கை.

அவர் பெயர் ஜோசப். ஒரு பள்ளிக்கூட வாத்தியார். சம்பாதிப்பதும், சேமிப்பதும் மேலே பார்த்த ‘தெருமுனைக் குழாய்’ மற்றும் ‘நூல் போல’ வடியும் தண்ணீரேதான்.

அவரது மனைவிக்கு இரண்டு மாதங்களுக்கு முன் வலது கால் வலிக்க ஆரம்பித்தது. தவிர அதிக தூரம் நடக்க சிரமப்பட்டார். தொடக்கத்தில் கணவனும் மனைவியும், மற்ற எல்லோரையும் போலவே, ‘இது வெறும் வீக்னெஸ்’ என்றே நினைத்தார்கள்.

அடுத்து காலில் சில இடங்களில் மரத்துப் போனது போலவும் (நம்நெஸ்) வேறு சில இடங்களில் உயிர் போனது போலவும் வலித்தது.

மருத்துவரிடம் போனார்கள். எக்ஸ்ரே எடுக்கப்பட்டது. உடனே ஜோசப் சேமித்து வைத்திருந்த ஃபிக்செட் டெபாசிட்டும் எடுக்கப்பட்டது. எக்ஸ்ரேயில் அது தண்டு வடம் (ஸ்பைனல் கார்ட்) தொடர்பான பிரச்னையாக இருக்கலாம் என்று சந்தேகம் தெரிவித்து, ஒரு எம்.ஆர்.ஐ. ஸ்கேன் எடுக்கச் சொன்னார் மருத்துவர்.

வலியால் துடிக்கிற மனைவியை அழைத்துக்கொண்டு ஸ்கேன் எடுக்கப் போனார் ஜோசப். போவதற்கு முன் வங்கிக்கும் போனார். எம்.ஆர்.ஐ. ஸ்கேனுக்குப் பத்தாயிரம் ரூபாய் என்பதுகூடப் பரவாயில்லை என்று இருந்தது அவருக்கும், அதன் ‘ரிசல்ட்’டைக் கேட்டபோது,

‘இது டிஸ்க் பிரச்னை. தண்டு வடம் பலம் இழந்து விட்டது’ என்றார் மருத்துவர். ‘பின்னால் பார்த்துக்கொள்ளலாமா’ என்று கேட்டதற்கு, ‘அப்படியே விட்டால், சுத்தமாக கால் வராமல் போய்விடும்; நடக்க முடியாது’ என்றார். பெண்களுக்கு 30 வயதில் இருந்து 45க்குள் வர வாய்ப்பு இருக்கிறது. அதுதான் வந்திருக்கிறது என்று முடித்தார். ‘கைனக்’ பிரச்னை.

‘என்ன செய்யலாம் டாக்டர்?’

‘இரண்டு வழிகள் இருக்கின்றன. ஒன்று பிசியோ தெரப்பி. படுக்கையில் படுத்தவாக்கில் ஒரு வருடம்வரை இருக்க வேண்டி வரும். மற்றொரு வழி, அறுவை சிகிச்சை.’

‘அறுவை சிகிச்சை செய்தால் குணமாகி விடுமா?’

‘ஆகி விடும்.’

‘செய்யுங்கள்.’

பெங்களூரில் இருக்கும் ஒரு மருத்துவமனையில் அவருடைய டிஸ்கினை அறுவை சிகிச்சை செய்து சரியாக்கினார்கள்.

மனைவி குணமாகி வீடு வந்தார். பிரச்னை போய்விட்டது. கூடவே 2 லட்சத்து 66 ஆயிரம் ரூபாயும். பாதிக்கு மேல் கடன்.

‘பணம் என்ன பெரிய பணம்? நீ குணமானதே போதும்’ என்று சொல்லலாம், வேறு வழியில்லாவிட்டால். ஆனால், வழி இருக்கிறது என்பதுதான் ஆச்சரியம். ஆனால், ஜோசப்புக்குத் தெரிந்திருக்கவில்லை. இன்னும் சிலருக்குத் தெரியும்தான். ஆனால், ‘நமக்கு ஏன் நன்றாகத்தானே இருக்கிறோம்’ என்று நினைக்கிறார்கள். அல்லது ‘ஆகட்டும், எடுத்தால் போயிற்று’ என்று சும்மா சொல்லிக் கொண்டேயிருக்கிறார்கள்.

அதென்ன வழி? என்ன எடுக்க வேண்டும்?

ஆஸ்பிடலைசேஷன் இன்சூரன்ஸ் மெடி கிளைம், மெடிகல் இன்சூரன்ஸ் என்றெல்லாம் அழைக்கப்படும் காப்பீடுதான் அது.

வியாதிகளும் விபத்துகளும் பெருகி வரும் உலகில் வருடத்திற்கு நபர் ஒன்றுக்கு ஆயிரமோ, இரண்டாயிரமோ, இந்த இன்சூரன்ஸில் பிரிமியமாக கட்டி வருவது, எப்போதாவது

சுனாமி போல வந்து, திக்கு முக்காட வைக்கும் பெரிய மருத்துவச் செலவுகளில் இருந்து காப்பாற்றும்.

ஒருவருக்கு 25,000 முதல் பல லட்சங்கள்வரை காப்பீடு எடுக்கலாம். காப்பீட்டுத் தொகையைப் பொறுத்தும், வயதினைப் பொறுத்தும், கட்ட வேண்டிய பிரீமியங்கள் மாறும். மருத்துவமனைக்குப் பணம் கொண்டுபோக வேண்டாம். அவர்கள் கொடுக்கும் அடையாள அட்டையைக் கொண்டு சென்றாலே போதும்.

காப்பீடு எடுத்த பிறகு ஏதும் ஆகவில்லையே என்று கவலைப்பட வேண்டாம்! அடுத்த ஆண்டு கட்டும் பிரீமியத்தில், 'நோ கிளைம் போனஸ்' என்று கொஞ்சம் குறைத்துக் கொள்ளுவார்கள்.

குடும்ப உறுப்பினர்கள் அனைவருக்குமே எடுக்கலாம். எடுக்க வேண்டும். ஆளுக்கு ஐம்பதாயிரத்துக்கு என்று. ஜோசப் மனைவி போல ஒருவருக்கே இரண்டரை லட்சம் ஆகிறதென்றால், கணவனுடைய ஐம்பதாயிரம் + மனைவியின் ஐம்பதாயிரம் + குழந்தையின் ஐம்பதாயிரம் என்று மூன்றையும் சேர்த்து மனைவியின் செலவிற்காகவே கொடுப்பார்கள்.

சில நிபந்தனைகளுக்கு உட்பட்டு, பிரசவ செலவுகளையே கொடுக்கிறார்கள். ஏற்கெனவே இருக்கும் நோய்களுக்கு மட்டும் சில நிறுவனங்கள் தருவதில்லை. பிடித்த தண்ணீர் கொட்டி விட்டாலும், திரும்ப தண்ணீர் கொடுக்கும் திட்டம் போன்றது இந்தக் காப்பீடு. இதுவும் பணம் பண்ணும் வழிதான். காரணம், பாதுகாத்த பணம், ஈட்டிய பணத்திற்குச் சமம் இல்லையா?

22

வருமான வரி விலக்குகள், சலுகைகள்

பணத்தினை முதலீடு செய்யும்போது கவனத்தில் கொள்ள வேண்டிய மூன்று முக்கிய விஷயங்களைப் பற்றித் தொடக்கத்தில் பார்த்தோம். மூன்றில், ரிஸ்க் என்பதை மட்டும்தான் சற்று விவரமாகப் பார்த்தோம். மற்ற இரண்டு விஷயங்களான 'வருமானம் எவ்வளவு?' மற்றும் 'வெளியேறும் வசதி' (லிக்விடிட்டி) ஆகியவை பற்றி விரிவாகப் பார்க்கவில்லை. அவற்றை விரிவாகப் பார்ப்பதைச் சற்று தள்ளி வைத்துவிட்டு, அதற்கு முன் இன்னொரு சுவாரஸ்யமான விஷயத்தினைப் பார்த்து விடுவோமா?

அது சுவாரஸ்யமான விஷயம்தானா! அதுவும் இப்போதே பார்க்க வேண்டியது அவசியமா?

இரண்டு கேள்விகளுக்கும் ஒரே பதில்தான். 'ஆமாம்.'

மாதச் சம்பளம் வாங்குபவர்களுக்குத் தெரியும். ஜனவரி, பிப்ரவரி மாதங்களில் நிறுவனங்கள் வருமான வரி விலக்கு என்று, கட்டாயமாக ஒரு தொகையைப் பிடித்துக்கொண்டு, 'இந்தா, இதுதான் மிச்சம். இதுதான் இந்த மாத சம்பளம்' என்ற ஒரு சொற்பத் தொகையினைத் தரும் போது, 'போச்சுடா... அடுத்து வரும் மார்ச் மாதம், சம்பளம் என்று ஏதாவது வருமா?' என்று சில மாதச் சம்பளக்காரர்கள் கவலைப்படுகிறார்கள். சிரமப்பட்டு

சம்பாதிக்கும் பணம். அதனை வரியாகக் கட்டும்போது மனது கொஞ்சம் கனக்கத்தான் செய்கிறது இல்லையா? அப்படி கட்டியே ஆக வேண்டிய வரியில், ஏதாவது சலுகை கிடைக்காதா, அதன் மூலம் வரியை எவ்வளவு குறைக்க முடியும் என்று தேடுகிறார்கள்.

வருடத் தொடக்கத்திலேயே, தங்களுடைய வருமானத்தினைக் கணக்கிட்டு, அதற்கேற்ப சலுகை தரும், எல்.ஐ.சி. போன்ற திட்டங்களில் முதலீடு செய்வது; மேலும் ஏப்ரல் மாதம் முதலே, மாதம் எவ்வளவு என்று கட்ட வேண்டிய வரித் தொகையையும் கட்டி வருவது. இவை இரண்டினையும் செய்து வந்தால், இந்த 'வருடக் கடைசி' பிரச்னையைத் தவிர்க்கலாம்.

இப்படியெல்லாம் செய்ய முடியுமா? கட்ட வேண்டிய வரியைக் குறைத்துக்கொள்ள நேர்மையான வழிகளே இருக்கிறதா? அவை என்ன? அவை யாருக்குப் பொருந்தும்? எவற்றில் முதலீடு செய்தால் வரிச் சலுகைகள் பெறலாம்? எவ்வளவு தொகைவரை இந்தச் சலுகை உண்டு. இவற்றைப் பற்றி எங்கே, எப்படித் தெரிந்துகொள்ளுவது?

பணத்தினைச் சேர்ப்பதற்கு, இந்த வரி நிர்வாகமும் உதவும். அதனால் அதைப் பற்றியும் விரிவாகவே பார்த்து விடுவோம்.

வருமான வரி

நிறுவனங்கள் மற்றும் தனி நபர்களுக்கான வருமான வரியினை எவ்வளவு என்று முடிவு செய்து, அதனை வசூலிக்கும் உரிமை மத்திய அரசிடம் இருக்கிறது (விற்பனை வரி போன்ற வரிகள் விதிப்பு மற்றும் வசூலிக்கும் உரிமை மாநில அரசுகளிடம்).

வருமான வரி என்பது ஆண்டுக்கு ஒருமுறை கணக்கிடப்படும். ஓர் ஆண்டு முழுக்க வருகிற வருமானத்தினைக் கூட்டி, குறிப்பிட்ட அளவு வரையிலான வருட வருமானத்திற்கு மட்டும் வரியில்லை என்று அறிவிக்கிறது அரசு. அதற்கும் அதிகமாக இருக்கும் வருமானத்திற்கு வரி கட்ட வேண்டும். வரியினைப் பொறுத்தவரை ஆண்டு என்பது ஏப்ரல் மாதம் தொடங்கி, அடுத்த மார்ச் வரையிலான 12 மாதங்கள். இதனை நிதி ஆண்டு என்கிறார்கள்.

நிறுவனங்களுக்கும் தனி நபர்களுக்குமான வரி விகிதங்கள் வேறு வேறானவை. நாம் பார்ப்பது தனி நபருக்கான வரி விகிதங்கள்.

நடப்பு நிதி ஆண்டான, 2017-18 இல் தனி நபர் வரி விகிதங்கள் (Personal Income Tax) என்ன?

ஆண்டு வருமானம் ரூ.2 லட்சத்து 50 ஆயிரத்துக்கும் குறைவாக இருந்தால், வருமான வரி இல்லை. அதற்கு மேல் வருமானம் இருந்தால்தான் வரி.

முன்பு ஆண்களுக்கும் பெண்களுக்கும் இந்த உச்சவரம்பில் வேறுபாடு இருந்தது. பெண்களை விட ஆண்களுக்கு உச்சவரம்புத் தொகை 50 ஆயிரம் குறைவாக இருந்தது. இப்போது (2017ல்) வேறுபாடு இல்லை.

ஆணோ பெண்ணோ வயதுக்கு மரியாதை உண்டு. 60 வயது ஆகிவிட்டால் ரூ 3 லட்சம் வரை வரி இல்லை. அதற்கு மேலான தொகைக்குத்தான் வரி. வயது 80 ஆகிவிட்டால், சலுகை மேலும் அதிகரிக்கிறது. ரூ.5 லட்சம் வரை வருமான வரி கிடையாது என்கிறது அரசு.

60 வயதுக்கும் குறைவானவர்களுக்கு 2.5 லட்சத்துக்கும் அதிகமான வருமானத்துக்கு மட்டும் 5% வருமான வரி.

வயது 60 ஆகி 80 ஆகாதவர்களுக்கு 3 லட்சத்துக்கும் அதிகமான வருமானத்துக்கு மட்டும் 5% வருமான வரி.

80 க்கும் அதிகமானவர்களுக்குத்தான் 5 லட்சம் வரை வரி இல்லை என்று ஏற்கெனவே சொல்லியாகிவிட்டது.

5 லட்சத்துக்கும் அதிகமாக எந்த வயதினருக்கு வருமானம் வந்தாலும் ஒரே போன்ற வரிதான். அது 5 லட்சத்துக்கும் அதிகமான - 10 லட்சம் வரையிலான வருமானத்திற்கு மட்டும்: 20%

10 லட்சத்துக்கும் அதிகமான வருமானம் முழுவதற்கும்: 30%

மேல் சொன்ன விதமாக கணக்கிடப்பட்ட வருமான வரித் தொகையில் நூற்றுக்கு 2 ரூபாய் வீதம் கல்வி வரி (எஜுகேஷன் செஸ்) யும் கட்ட வேண்டும். உதாரணத்திற்கு ஒருவர் கட்ட வேண்டிய வருமான வரி ரூபாய் 10,000 என்றால், அவர் எஜுகேஷன் செஸ் 200 ரூபாய் சேர்த்துக் கட்ட வேண்டும். மேலும் செகண்டரி - ஹையர் எஜுகெஷன் செஸ் என்று மற்றொரு 1% (உதாரணத்தின் படி ரூ 100)

வரி மீதான வரி என்று ஒன்று உண்டு. அதன் பெயர் 'சர் சார்ஜ்'. அது கணிசமான வருமானம் பெறுகிறவர்கள் மீது மட்டும்.

ஆண்டு வருமானம் 50 லட்சத்துக்கு மேல் - 1 கோடிவரை இருந்தால், மேற்சொன்னவாறு கணக்கிடப்பட்ட வரியின் மீது 10%. (மொத்த வருமானத்தில் 10% அல்ல. வரியின் மீது 10%)

ஒரு கோடிக்கும் மேல் ஆண்டு வருமானம் இருந்தால்? ஒரு கோடிக்கு மேலான வருமானத்தின்மீது போடப்படும் வருமான வரிதொகையில் இன்னொரு 15%. (வரியின் மீது 15%).

இதெல்லாம் 2017-18 நிதி ஆண்டிற்கு. 2018-19க்கு போடப்படும் பட்ஜெட்டில் மாற்றம் வரலாம்.

இப்படிக் கட்ட வேண்டிய வரிகளைக் குறைத்துக்கொள்ள வழிகள் ஏதும் உண்டா?

இருக்கிறது.

அதிகபட்சமாக இன்னொரு ஒன்றரை லட்சம் ரூபாய் வரையிலுமான வருமானத்தினை அரசு பரிந்துரைக்கும் இடங்களில் முதலீடு செய்தால், ஒன்றரை லட்சம் ரூபாய் வருமானத்திற்கும் வரி கட்ட வேண்டாம். முழு வரிச் சலுகை.

வருமான வரிச் சட்டத்தில் 80 சி என்று ஒரு செக்ஷன் இருக்கிறது என்று ஏற்கெனவே பார்த்தோம். அதன்படி, LIC போன்ற காப்பீட்டுத் திட்டங்கள், நாம் முன்பு விவரமாகப் பார்த்த யூலிப் திட்டங்கள், ஊழியர்கள் கட்டும் சேம நல நிதி (PF), பொது மக்கள் கட்டக்கூடிய பப்ளிக் பிராவிடெண்ட் பண்ட் (PPF), பங்குச் சந்தையுடன் தொடர்புடைய இ.எல்.எஸ்.எஸ். சேமிப்புத் திட்டம், தேசிய சேமிப்புப் பத்திரம் (NSC), வீட்டுக் கடன்களுக்கு மாதந்தோறும் திரும்பக் கட்டும் தவணைத் தொகையில் இருக்கும் அசலுக்கான பகுதி, குழந்தைகளின் கல்விக் கட்டணம் போன்றவையும் இன்னும் சிலவும் இந்தப் பிரிவில் அடங்கும். எல்லாம் சேர்ந்து ஒன்றரை லட்சம்வரை போகலாம். அது வரையிலான பணத்திற்கு வரி கிடையாது.

இந்த ஒன்றரை லட்சம் போக, மெடி கிளைமிற்காக கட்டும் பணத்தில், 25,000 வரை வரிச் சலுகை உண்டு. மேலும் வீடு கட்ட வாங்கிய கடனுக்கான வட்டிப் பணம் அந்த ஆண்டு செலுத்தியது

எவ்வளவோ அதற்கும் (அதிகபட்சமாக நபர் ஒன்றுக்கு ஒரு லட்சத்து 50 ஆயிரம் வரை) வரிச் சலுகை உண்டு. இந்த இரண்டும் 80 சியின் ஒரு லட்சம் என்கிற வரவும் போகக் கடன் வாங்கிக் கட்டிய வீட்டினை வாடகைக்கு விட்டு அந்த வாடகைக்கு வருமான வரி கட்டும் பட்சத்தில் 1.5 லட்சம் என்கிற உச்ச வரம்பு கிடையாது.

இவையெல்லாம் நாம் செய்யும் முதலீடுகள், செலவுகள்.

இவை போக, சில வரவுகளுக்கே வருமான வரிச் சலுகைகள் இருக்கிறது. அதில் வருவதுதான் நிறுவனங்கள் தரும் டிவிடெண்ட். பங்குகள் மூலம் வரும் டிவிடெண்ட் மொத்தத்திற்கும் வரி கிடையாது. பங்குகளில் முதலீடு செய்யும் பரஸ்பர நிதிகள் தரும் டிவிடெண்டுகளுக்கும் இது பொருந்தும். வங்கிகளில் போடும் வைப்புகளுக்கு (எப்.டி.) வட்டி வருகிறதல்லவா? அதுவும் வருமானம்தான்.

முதலீடுகள் செய்திருக்கிறோம் (இடமோ, வீடோ). அதனை விற்கிறோம். குறிப்பிட்ட விதமாக கணக்கிட்டு அதில் கிடைத்திருக்கும் லாபத்திற்கு (கேபிடல் கெயின்ஸ்) வரி கட்ட வேண்டும். அதேபோல பங்குகளை வாங்கி விற்று லாபம் பார்த்திருந்தாலும் இந்த வரி உண்டு. இதில் ஒரு விலக்கு என்னவென்றால், பங்குகளை வாங்கி ஓராண்டிற்கு மேல் வைத்திருந்துவிட்டு விற்றால், அதில் கிடைக்கும் 'கேபிட்டல் கெயின்'னுக்கு வரி இல்லை. ஓராண்டிற்குள் விற்றால் 15% மட்டுமே வரி.

இவையெல்லாம் மார்ச் 2017-18 உடன் முடிவுறும் நிதி வருடத்திற்கானது.

ஒவ்வொரு ஆண்டும் மாறலாம். மாறாமலும் இருக்கலாம். பட்ஜெட் உரையில் ஜனவரியிலோ அல்லது டிசம்பர் மாதத்திலோ அடுத்த ஆண்டிற்கு எப்படி என்று பாராளுமன்றத்தில் நிதியமைச்சர் அறிவிப்பார்.

23

ஓய்வு கால ஏற்பாடு

'கூந்தல் இருக்கிற மகராசி, அள்ளி முடிக்கிறா' என்பதுபோல, சொத்து இருக்கிற மகராஜன்கள், பிள்ளைகளுக்கு இருக்கும் போது கொடுப்பார்கள். அவர்கள் இறந்த பின்பும் கொடுப்பார்கள். அவர்கள் கதை எல்லோருக்கும் பொருந்துமா என்ன?

அப்படியே நிறைய சொத்து இருப்பவர்களுக்குப் பிள்ளையாகப் பிறந்தாலும், பெற்றவர்களாகப் பார்த்துக் கொடுத்தால்தானே உண்டு!

'தாயும் பிள்ளையும் என்றாலும் வாயும் வயிறும் வேற வேறதானே!' என்பதுபோல, பெற்றவரே ஆனாலும், அடுத்தவர் சம்பாத்தியத்தினை ஆயுசுக்கும் எதிர்பார்த்துக் கொண்டிருக்க முடியுமா என்ன? நம் தேவைகளை நாமேதானே பார்த்துக் கொள்ள வேண்டும்!' என்றால், அதுவும் சரிதான்.

'கொடிது கொடிது வறுமை கொடிது. அதனினும் கொடிது, இளமையில் வறுமை' என்பார்கள். அதெல்லாம் அவ்வையார் காலத்துக்கு வேண்டுமானால் சரி. இப்போதெல்லாம், தங்களுக்கு இருக்கிறதோ இல்லையோ, பிள்ளைகளுக்கு வைத்து அடைக்கிறார்கள் பெற்றோர்கள். அப்படிப் போற்றிப் போற்றி வளர்க்கிறார்கள். வீட்டில் சிறுசுகள் வைத்ததுதான் சட்டம் ('சேனல்'களிலும்கூட!).

காலம் மாறிவிட்டது. இப்போதெல்லாம் சிரமப்படுபவர்கள், சமரசம் செய்துகொள்ள வேண்டியவர்கள், பொறுத்துப் போக வேண்டியவர்கள், விட்டுக் கொடுக்க வேண்டியவர்கள் பெரியவர்கள்தான். 'கொடிது கொடிது வறுமை. அதனினும் கொடியது முதுமையில் வறுமை' என்பதுதான் தற்போதைய நிலை.

'நல்லா வாழ்ந்திட்டு, வேலையில் இருந்து ஓய்வு பெற்றதும், சிலர் அதிகமான உளைச்சலுக்கும் வேறு சிரமங்களுக்கும் உள்ளாவார்கள்.'

'என்ன காரணம்?'

காரணம் என்று ஒருமையில் கேட்டால் எப்படி? காரணங்கள் என்று பன்மையில் கேட்க வேண்டும். முக்கியமான மூன்று காரணங்கள்.

1. மெல்ல மெல்லக் காணாமல் போகும் மரியாதை.
2. குறையும் முக்கியத்துவம்.
3. அடிக்கடி பிரச்னை செய்யும் உடல்நலம்.

'ஏன் அப்படி?'

'உத்தியோகம் புருஷ லட்சணம் இல்லையா? வயதானாலும் அந்த நிலை மாறாது. எத்தனை வயதானாலும் புருஷன், புருஷன்தான். (இங்க புருஷன்னா ஆம்பளைன்னு அர்த்தம் சார்).'

'வேலையும் சம்பளமும் இருக்கும்வரைதான் மரியாதை. 'பல்லு போனால் சொல்லு போகும்' என்பார்கள். வேலை போனால், மாத வருமானம் மட்டுமல்ல, வீட்டில் மரியாதையும் கிடைக்காது என்பது குழந்தைக்கும்கூட - இல்லை, இல்லை, குழந்தைகளுக்குத்தான் நன்றாகத் தெரியும்.'

'அதற்காக ஓய்வு பெறாமல் வேலையிலேயே இருக்க விடுவார்களா என்ன? மாட்டார்களே! என்ன செய்ய?'

'வேலை வேண்டுமானால் போகட்டும் சார். வருமானம் வந்தால் சரிதான்.'

'அதெப்படி வேலைக்குப் போவதை நிறுத்திய பிறகும் சம்பாதிப்பது?'

‘வழி இருக்கிறது.’

‘சம்பாதிப்பதுகூட எதற்கு? முன்பே பார்த்ததுபோல, ஓய்வு காலத்திற்காக கணிசமாக சேமித்து வைத்திருந்தால் போதாதா? தொடக்கத்தில் இருந்தே நன்றாகச் சேமித்து, சேர்த்து, சொத்தாக வைத்துக்கொள்ளுவது. அப்படிச் செய்தால் மரியாதை எப்படி இல்லாமல் போகும்! மதிப்பு அதிகமாகத்தானே இருக்கும்?’

‘மதிப்பு கூடுகிறதோ, இல்லையோ, வெளியாட்கள் அபகரிக்கப் பார்ப்பார்கள். இல்லையா?’

‘இதென்ன தொலைக்காட்சித் தொடரா? பெரிய பெரிய கார்களில் இரண்டு வாரத்துக்கு தொடர்ந்து வேகமாகப் போ, இன்னும் வேகமாகப் போ’ என்று துரத்துவதற்கு! அப்படியெல்லாம் வெளியாட்கள் வர வேண்டாம். எல்லாம் உள் ஆள்தான்.’

‘உள் ஆளா? யாரும், வீட்டில் வேலைக்கு இருப்பவர்களா?’

‘அட என்ன சார் நீங்க? உள் ஆள் என்றால், எல்லாம் நம் ஆள்தான் சார். மகன்கள், மகள்கள், பெற்றோரிடம் பணம் இருந்தால், எதற்கு வீணாக வட்டி நட்டமாக இருக்கிறது என்று, அவர்களுடைய முக்கிய தேவைகளுடன் வருவார்கள். தாருங்கள் என்று கேட்பார்கள். அதை ஒரு வழியாக சமாளித்தால், அதற்கும் அடுத்து, அதைவிட அவசிய அல்லது சிக்கலான தேவையுடன் வந்து நிற்பார்கள். கேட்பார்கள்.

வயதான பெற்றவர்களிடம் பணம் இருந்தால், கேட்பார்கள், கேட்பார்கள், கேட்பார்கள். எதற்காவது கேட்டுக்கொண்டே இருப்பார்கள்.

‘இந்த வயதில் இவர்களுக்கு ஏன் இவ்வளவு பணம்?’ என்பார்கள். அடுத்து, ‘வயதான காலத்தில் ஏன் இவ்வளவு பணத்தாசை?’ என்று கேட்பார்கள். ‘கஷ்டம் என்கிறேனே! கொடுத்தால் என்னவாம்?’ என்று புலம்புவார்கள். ‘சும்மா வேண்டாம். கடனாகத் தாருங்கள்’ என்று மடக்கப் பார்ப்பார்கள். அப்போதும் கிடைக்காவிட்டால், ‘கஷ்டமென்றாலும் பார்த்துக் கொண்டிருக்கும் கல் நெஞ்சக்காரர்கள்’ என்று காதுபட வையக் கூட வைவார்கள்.’

‘மொத்தத்தில்?’

'படுத்துவார்கள். வயதான காலத்தில் பெற்றவர்களிடம் இருக்கும் பணம், பிள்ளைகள் கண்ணை உறுத்தும். பெரியவர்களுக்கு, அது உதவி என்பதைவிட தொந்தரவு என்பதே சரி.'

'அதற்காக பணமே இல்லாமல் இருக்க முடியுமா?'

'அடடா! அப்படி நிகழ்ந்துவிடவே கூடாது. பணம் மொத்தமாக இருக்கக்கூடாது. அவ்வளவுதான். மற்றபடி கையில் எப்போதும் தேவையான அளவு வைத்திருந்தே ஆக வேண்டும்.'

''கடிக்கவும் வேணும்; பல்லும் படக்கூடாது' என்பதுபோல அல்லவா இருக்கு!'

'ஆமா. இல்லையா பின்னே! ஆனால், அதுவும் சாத்தியம்தான்!'

'எப்படி?'

'அவ்வப்போது வருவதுபோல ஏற்பாடு செய்துகொள்ள வேண்டும்.'

'பணத்தினைத்தானே சொல்லுகிறீர்கள்! அதுதான் எப்படி?'

'பென்ஷன் வருகிறாற்போல ஏற்பாடு செய்துகொள்ள வேண்டும்.'

'ஓய்வூதியம் எல்லாம் அரசாங்க வேலையில் இருக்கிறவர்களுக்குத்தானே கொடுப்பார்கள்! எனக்கு எப்படி கிடைக்கும்?'

'மத்திய, மாநில அரசு வேலையில் இருப்பவர்களுக்கு மட்டுமில்லை, எந்த வேலையில் இருப்பவர்களுக்கும் ஓய்வூதியம் உண்டு. நாம் முன்பு பார்த்த சேம நல நிதி மற்றும் உபரிகள் சட்டம் 1952 (EPI and Misc Provisions Act)லும் பென்ஷனுக்கு வழி செய்யப்பட்டிருக்கிறது.

ஊழியர் செலுத்தும் சேம நல நிதியில் ஒரு பகுதி பென்ஷனுக்காகத்தான் போகிறது. பணியில் இருக்கும்போது அவருக்கு ஏதும் ஆகிவிட்டால், அவர் மனைவிக்கும், மேஜர் ஆகாத, வேலைக்குப் போகாத மகனுக்கும், திருமணம் ஆகாத மகளுக்கும் பென்ஷன் வழங்கப்படுகிறது.'

'அது எவ்வளவு வந்து விடப் போகிறது? சொற்ப காசு!'

‘அட! அது போதாதா? சரி. அதனால் என்ன? அந்தத் திட்டம் தவிர எத்தனையோ நிறுவனங்கள் நடத்தும் ஓய்வூதியத் திட்டங்களில் கலந்து கொண்டு சேமிக்கலாமே!’

‘அதற்கும் சேமிக்க வேண்டுமா?’

‘சட்டியில் இருந்தால்தானே கரண்டியில் வரும். நாம்தான் போட வேண்டும், பின்னால் எடுத்துக்கொள்ளுவதற்காக.’

‘நாமே போடுவானேன், பிறகு எடுத்துக்கொள்ளுவானேன்?’

போடுகிற காலம்தான் நிச்சயமாகத் தெரிகிற காலம். திரும்ப எவ்வளவு காலத்துக்குப் பென்ஷன் கொடுக்க வேண்டி வரும் என்பது கொடுப்பவர், வாங்குபவர் இருவருக்குமே தெரியாது.

ஓய்வூதியம் என்பது ஆயுள் இருக்கிறவரை நிச்சயமாக தொடர்ந்து ஒரே அளவில் கிடைக்கக்கூடிய தொகை. கௌரவமாக, எவர் கையையும் எதிர்பார்க்காமல், தன் சொந்த சம்பாத்தியத்தில் இருந்து எடுத்துக் கொள்ளும் பணம்.

ஓய்வூதியப் பணத்தினை ஆயுள் முழுக்கப் பெறுவதால், மரியாதையும் பாதுகாப்பு உணர்வும் தொடர்ந்து கிடைக்கும்.

முன்பெல்லாம் ஆண்களின் சராசரி வயது இந்தியாவில் 58 தான். பெண்களுக்கு 63. அதுவே இப்போது பெருகிவிட்ட மருத்துவ வசதிகள் காரணமாக, ஆண்களுக்கு 69 ஆகவும் பெண்களுக்கு 74 ஆகவும் இருக்கிறது. (ஆமாம் பெண்களுக்கு ஆண்களைவிட ஐந்து வருடங்கள் ஆயுள் (தண்டனை) அதிகமாகவே இருந்து வருகிறது).

வயதாகி வாழ்வது வரமாக இருக்க வேண்டுமே தவிர, சாபமாக ஆகி விடக் கூடாது. அதற்கு...

‘நன்றாகவே புரிகிறது ஓய்வூதியத் திட்டத்தில் சேமிக்க வேண்டும். அதுதானே! அது சரி. ஆனால், எதில்? எவ்வளவு? எப்போதில் இருந்து?’

24

பென்ஷன், சில முக்கிய தகவல்கள்

இடைவேளைக்கு முன், இடைவேளைக்குப் பின் என்று திரைப்படங்களை இரண்டு பகுதிகளாகப் பிரித்து விமர்சனம் செய்வார்கள் இல்லையா? 'ஃபர்ஸ்ட் ஆஃப்' பிரமாதம். 'செகண்ட் ஆஃப்' சொதப்பி விட்டார்கள் என்பதுபோலச் சொல்லுவார்கள்.

வாழ்க்கையைக்கூட அப்படி, ஒரு 16 ரீல் திரைப்படத்துடன் ஒப்பிடலாம். சிலருடைய படங்கள் தொடக்கத்திலேயே அற்புதமாக இருக்கும். இன்னும் சிலருக்கு இளம்பிராயம் மட்டுமல்ல, படம் முழுக்கவே தொடர்ந்து, 'ஓஹோ'தான்.

வேறு சிலரின் வாழ்க்கைத் திரைப்படங்கள், முதல் பாதி நன்றாக இருக்கும். ஆனால், இடைவேளைக்குப் பின் சுமாராகி விடும். வாழ்க்கையில் இடைவேளை ஏது என்கிற சந்தேகம் வருகிறதோ!

ஓடியாடி உழைக்கக் கூடிய வயது இருக்கிற காலம்தான் முன் பாதி. பணி ஓய்வு பெற்றதும் வாழ்கிற வாழ்க்கை, வாழ்க்கைப் படத்தின், 'செகண்ட் ஆப்', படம் முழுக்க நன்றாக அமைந்து விட்டால் நல்லதுதான்.

வேலை அல்லது தொழில், சம்பாத்தியம், அதனால் பெருக்கிக் கொள்ளும் வசதிகள் என்று தொடக்கத்தில் இருந்து உயர்ந்து கொண்டே போகிற போக்கு, சிலருடைய வாழ்க்கையில்,

அவர்கள் வேலையில் இருந்து ரிட்டயர்மெண்ட் ஆன பிறகு பெரிதும் மாறி விடுகிறது.

மாத வருமானம் நின்று போகிறது. அவர்கள் வாங்கிப் போட்ட வீடுகள், சில சொத்துக்கள் இருக்கும்தான். ஆனால், நிரந்தரமான வருமானம் இல்லாமல் போக, வாழ்க்கைத் தரத்தினைக் குறைத்துக்கொள்ள வேண்டி வருகிறது. சிரமமாகிறது.

எதற்காக இரண்டு விதமான வாழ்க்கை? ஏன் முன் பாதி போலவே பின் பாதியிலும் வாழ்க்கை நிம்மதியாக, சௌகரியமாகப் போகக் கூடாது? யார் தடுக்கிறார்கள்?

அவர்களேதான். தடுக்கவில்லையே தவிர, ஏற்பாடு செய்து கொள்ளத் தவறிவிடுகிறார்கள்.

சேமிப்பு என்பது இடம், நிலம், தங்கம், ஷேர்கள், பரஸ்பர நிதிகள் மட்டுமல்ல; அவை சொத்துக்கள். ஓய்வுக் காலத்தில் தேவைப்படுவதோ வருமானம். வாழ்க்கையின் முன் பகுதியில் கிடைத்தது போலவே, தொடர்ந்து வரக் கூடிய வருமானம். அதாவது பணி ஓய்வே பெறாததுபோல, தொடர்ந்து ஊதியம் வருவதுபோல், வாழும் காலம்வரை, கிடைக்கக் கூடிய வரவு.

சேமிக்கிறபோதே, முன் பார்த்த மருத்துவச் செலவுகளுக்காகக் காப்பீட்டிலும் (ஹாஸ்பிடலைஷேஸன் இன்சூரன்ஸ்) ஓய்வூதிய திட்டங்களிலும் (பென்ஷன் ஸ்கீம்ஸ்) பணம் போட வேண்டும்.

சேமித்தல் நல்லது, சேமிப்பு அவசியம். ஆனால், எல்லாம் சொத்து சேர்க்கிற சேமிப்பாக இருக்கவேண்டாம். ஓய்வூதியத் திட்டத்திலும் சேமிக்க வேண்டும். ‘எனக்கென்ன அவ்வளவு வயதா ஆகிவிட்டது?’ என்று கேட்கலாம். ஓய்வு பெறுவதற்குப் பல ஆண்டுகளுக்கு முன்பே அதனைத் தொடங்க வேண்டும்.

சென்னை சென்ட்ரல் ரயில் நிலையம். பயணச் சீட்டு முன்பதிவு செய்யவில்லை. ஓடுகிறோம். ரயில் புறப்பட இன்னும் ஐந்து நிமிடங்கள்தான். அப்பாடா, ரயில் நிலையத்திற்குள் வந்தாயிற்று. பயணச் சீட்டு வாங்கிக்கொண்டு, வண்டி ஏற வேண்டியதுதான். ஆனால், அங்கே மிக நீளமான வரிசை. வரிசையில் நின்று நம் முறை வந்து வாங்கிப் போவதற்குள் வண்டி நிச்சயம் கிளம்பிவிடும். தவற விட வேண்டியதுதான்.

அதே சமயம், சிலர் வண்டிக்குள் ஏறி அமர்ந்து, நிதானமாக காப்பி சாப்பிட்டுக்கொண்டிருக்கிறார்கள். 'ரயில் ஏன் இன்னும் கிளம்பவில்லை? நேரம் என்ன ஆச்சு' என்று கைக் கடிகாரத்தினைத் திருப்பிப் பார்த்துக்கொண்டிருக்கிறார்கள்.

ஏன் இந்த வேறுபாடு? முன்கூட்டியே வந்தவர் பயணச் சீட்டு வாங்கிப் போய் அமர்ந்துகொள்ள, தாமதமாக வந்தவர் தவிக்கிறார். சில தாமதங்கள் அப்படித்தான் செய்யும்.

ஓய்வு பெற வருடங்கள் பல இருக்கலாம். அது பெரியவர்களுக்கான யோசனை அல்ல. அவர்கள் ஓய்வு பெற்றாகிவிட்டது. இது இளைஞர்களுக்கானது. வண்டி கிளம்பும் நேரம் பதறியபடி ஓடி வர வேண்டாம். இப்போதே ஓய்வு காலத்துக்காக திட்டமிடலாம். முக்கியமாக சேமிக்கலாம்.

அதற்கான திட்டங்கள் இருக்கின்றன. அரசின் LICயும் வைத்திருக்கிறது. பல தனியார் நிறுவனங்களும் பென்ஷன் திட்டங்கள் நடத்துகின்றன.

ஓய்வூதியம் பெறுவது

பென்ஷன் தொகையினை வாங்குவதற்கு, குறைந்தபட்சம் 40 வயது ஆகியிருக்க வேண்டும். தவிர, தொடர்ந்து (மாதா மாதமோ காலாண்டுக்கு ஒரு முறையோ) பென்ஷன் வாங்குவதற்குத் திட்டத்தில் சேர்ந்து பணம் கட்டத் தொடங்கி, குறைந்தபட்சம் ஐந்து ஆண்டுகள் ஆகியிருக்க வேண்டும். இரண்டு நிபந்தனைகளும் உண்டு.

அநியூட்டி (Annuity) என்பார்கள். வழங்கும் பென்ஷன் தொகையினைத்தான் அப்படிக் குறிப்பிடுவார்கள். பென்ஷன் பெற வேண்டிய ஆண்டு வரை, பாலிசிதாரருக்கு ஆயுள் காப்பீடும் உண்டு.

சில நிறுவனங்களின் சில வகை திட்டங்கள் தவிர, மற்றவற்றில் பென்ஷன் திட்டத்தில் சேருவதற்கு முன்பாக மருத்துவப் பரிசோதனை செய்வது கிடையாது.

பென்ஷன் திட்டங்களில், யூனிட் லிங்க்ட் பென்ஷன் பாலிசிகளும் உண்டு.

பிற யூலிப்புகளைப் போலவே, பென்ஷன் திட்டத்திலும் ஒரு யூலிப் திட்டத்தில் இருந்து மற்றொன்றுக்கு மாறலாம். ஒரு சில முறைகள் (நான்கு முறை) அப்படி மாறுவதற்குக் கட்டணம் கிடையாது. பிறகு அரை சதவிகிதம்வரை வசூலிப்பார்கள்.

பென்ஷன் திட்டங்களுக்கு நாமினி அவசியம் தேவை. இறப்புக்குப் பின் யாரிடம் கொடுப்பது என்பதை முன்கூட்டியே எழுதித் தர வேண்டும்.

பென்ஷன் திட்டங்களில் வயது முக்கியம். அங்கீகரிக்கப்பட்ட வயதுச் சான்றிதழ்கள் இல்லாவிட்டால், நோட்டரி முன்னால் ஸ்டாம்ப் பேப்பர், செல்ஃப் டிக்ளரேஷன் செய்து அதனைக் கொடுக்கலாம்.

மாதா மாதமோ, காலாண்டுக்கு ஒரு முறையோ, அரையாண்டுக்கு ஒரு முறையோ, விருப்பம் தெரிவிப்பதுபோல பென்ஷன் வழங்கப்படும்.

பென்ஷன் தொகையும் வருமானமே. அதனால் அதற்கு வருமான வரி உண்டு (வரி கட்ட வேண்டிய அளவு பென்ஷனோ அல்லது மற்ற வருமானங்களோ இருந்தால்).

பென்ஷன் தொகையில் மூன்றில் ஒரு பகுதியை மொத்தமாக, பென்ஷன் தொடங்கும் நேரத்திலேயே பெற்றுக்கொள்ளலாம். மீதத்தினை மாதா மாதம் பென்ஷனாகப் பெறலாம். இதனை 'கமூட்டேஷன்' என்பார்கள்.

பென்ஷன் எனப்படும், 'அநியூட்டி' பல வகைகளில் வழங்கப் படுகின்றன. அவரவர் விருப்பம், தேவைக்கு ஏற்ப ஏதாவது ஒரு விதத்தினைத் தேர்வு செய்து தெரிவித்து அதன்படி பெற்றுக் கொள்ளலாம்.

வழங்கப்படும் சில விதங்கள்:

வாழும் காலம் எத்தனை வருடங்கள் ஆனாலும், ஆயுள் முழுக்க பாலிசிதாரருக்கு அநியூட்டி (அல்லது)

பாலிசிதாரரால் தேர்வு செய்யப்படும் குறிப்பிட்ட (ஐந்தோ, பத்தோ, பதினைந்தோ, இருபதோ) வருடங்களுக்கு அநியூட்டி வழங்குதல். பாலிசிதாரர் இருந்தாலும் இல்லாவிட்டாலும் (அல்லது)

வாழும் காலம்வரை அநியூட்டி. அதன் பிறகு, அவருடைய நியமனதாரருக்குப் பாலிசி தொகை (அல்லது)

வாழும்வரை அநியூட்டி. ஆனால், ஒரே அளவு தொகை அல்ல. ஆண்டுக்கு ஆண்டு 3% அதிகரிக்கும் தொகை (அல்லது)

பாலிசிதாரர் வாழும்வரை அநியூட்டி. அதன் பிறகு அவருடைய கணவன் அல்லது மனைவிக்கு, அவருக்கு வழங்கப்பட்ட அநியூட்டி தொகையில் பாதி, அவர் வாழும்வரை.

25

ரிவர்ஸ் மார்ட்கேஜ்

வாழ்க்கை மூன்று மணி நேரத்தில் முடியும் 20-20 ஓவர் கிரிக்கெட் போட்டி அல்ல. நீளமானது. 100 ஓவர் அல்ல. 100 ஆண்டுகள் போட்டி. பென்ஷன் போன்றவை பாதுகாப்பு உபகரணங்கள். இதில் லாப நட்ட, வட்டிக் கணக்குகள் பார்க்க வேண்டாம்.

ஓய்வூதியம் பற்றிப் பார்த்தோம். வியாபாரம், தொழில் அல்லது வேலை போன்றவற்றில் இருந்து ஓய்வு பெற்ற பிறகும் வருமானம் வருகிறார் போல ஏதேனும் ஏற்பாடு செய்துகொள்ள வேண்டும் என்றும் அப்படிப்பட்ட ஏற்பாடுகளில் முக்கியமான ஒன்று இன்சூரன்ஸ் நிறுவனங்கள் நடத்தும் ஓய்வூதியத் திட்டங்கள் என்றும் பார்த்தோம்.

'அய்யா, நான் இப்போதுதான் இதைப் பற்றித் தெரிந்து கொண்டேன். அல்லது இப்போதுதான் யோசிக்கிறேன். சின்ன வயதில் ஓய்வூதியத்திற்காக சேமிக்கவில்லை. நடுத்தர வயதிலும் விட்டு விட்டேன். என்ன செய்யலாம்?'

'என்ன செய்யலாம் என்றால்?'

'எனக்கும் ஓய்வு பெற்ற பிறகும் வருமானம் வேண்டும். தொடர்ச்சியாக வர வேண்டும். அதற்கு என்ன செய்யலாம் என்று கேட்கிறேன்.'

‘சொத்து ஏதாவது இருக்கிறதா?’

‘ஒரு வீடு இருக்கிறது?’

‘வீடு இருந்தால் வழியும் இருக்கிறது.’

‘விற்று விடலாம் என்கிறீர்களா?’

‘விற்காமலேயே வருமானம் பார்க்கலாம்.’

‘குடியிருக்கிற வீட்டை வாடகைக்கு விடச் சொல்லுகிறீர்களா?’

‘அவசரப்படுகிறீர்களே! வாடகைக்கு எல்லாம் விட வேண்டாம்.’

‘வாடகைக்கும் விட வேண்டாம். ஆனால், வருமானமும் வருமாக்கும்!’

‘ஆமாம்.’

‘இதென்ன அதிசயமாக அல்லவா இருக்கு?’

‘இதன் பெயர் ரிவர்ஸ் மார்ட்கேஜ்.’

‘மார்ட்கேஜ் என்றால், அடமானம் வைப்பது இல்லையா?’

‘அதேதான். கடன் வாங்கி வீடு வாங்குவது என்பது நடைமுறையில் இருப்பதுதான். அதற்கும் நேர் எதிர்முறை இது.’

‘கொஞ்சம் புரிகிற மாதிரி.’

‘சொன்னால் போயிற்று. பத்து லட்சம் ரூபாய்க்கு வீடோ, பிளாட்டோ வாங்கப் பார்க்கிறார் ஒருவர். அவர் கையில் இருப்பது மூன்று லட்சம். மீதிப் பணத்தினை ஏதோ ஒரு நிறுவனத்திடமிருந்தோ வங்கியிடமிருந்தோ கடனாகப் பெறுகிறார். வாங்கிய கடனுக்கு அவர் வாங்கும் வீடு அடமானம். கடனைத் திருப்பிக் கட்ட வேண்டியது 15 வருடங்களில். அதாவது மொத்தம் 180 மாதங்கள். அசலும் வட்டியுமாகச் சேர்த்து, கிட்டத்தட்ட மாதம் 9000 ரூபாய். 180 மாதங்களுக்குக் கட்ட வேண்டுமல்லவா?’

‘ஆமாம். அதன் பெயர் ஈ.எம்.ஐ. (EMI) தானே!’

‘அதேதான். தொடர்ச்சியாகக் கட்டி வர, கடன் முடிந்தே போகும். பின் வீட்டுக்கு அவரே முழு சொந்தக்காரர். அதன் மீது

கடன் இல்லை. இதே விஷயத்தினை அப்படியே எதிர்மாறாக யோசித்துப் பாருங்கள்.'

'எப்படி?'

'அதே நபர் என்றே வைத்துக் கொள்ளுவோம்.'

'சரி.'

'அவருக்கு இப்போது வயது 60.'

'வயது என்னவாகவும் இருக்கட்டுமே!'

'கிடையாது. இந்தத் திட்டத்தில் குறைந்தபட்ச வயது 60தான். அது முக்கியம்.'

'ஓஹோ!'

'சரி. அவருக்கு வயது அறுபது. அவரது மனைவிக்கு வயது 58.'

'இது மட்டும் சரியாக்கும்!'

'இது சரிதான். கணவன் மனைவி இருவரில் ஒருவருக்கு 60 வயதானால் சரிதான்.'

'சரி, சரி.'

'அவர்களுடைய வீட்டின் மீது கடன் இல்லை. அதையெல்லாம் எப்போதோ கட்டி முடித்துவிட்டார். வீட்டுப் பத்திரம் அவர் கையில். வில்லங்கம் ஏதுமில்லை. வீட்டில் அவர்தான் குடியிருக்கிறார்.'

'அவர் வீட்டுக் கடன் கொடுக்கும் நிறுவனங்களையோ பாரத ஸ்டேட் வங்கி, இந்தியன், PNB போன்ற வங்கிகளையோ அணுகி, அந்த வீட்டின் மீது தொடர் வருமானம் தர வல்ல ரிவர்ஸ் மார்ட்கேஜ் கேட்கலாம்.'

'ரிவர்ஸ் மார்ட்கேஜ்!'

'வீட்டை அந்த நிறுவனத்திடம் அடமானம் வைப்பது, அதன் மதிப்பில் 40% 60% வரையிலான பணத்தினைக் கணக்கிடுவார்கள். பின்பு 10 முதல் 15 வருடங்கள் வரை (120 முதல் 180 மாதங்கள்) மாதம் இவ்வளவு என்று முடிவுசெய்து ஒரு தொகையினை, வீட்டுக்காரருக்குக் கொடுப்பார்கள்.'

‘நிறுவனம் பணம் கொடுக்குமா?’

‘ஆமாம். கடன் வாங்கினால் வாங்கியவர் இ.எம்.ஐ. (EMI) கட்டுவது போல், இப்போது நிறுவனம் இ.எம்.ஐ.யாக தொடர்ந்து பணம் கொடுக்கும்.’

‘அதிகபட்சம் 15 வருடங்கள்தானா?’

‘ஆமாம்.’

‘அதன் பிறகு.’

‘இல்லை.’

‘வீடு என்ன ஆகும்?’

‘வீடு, உரிமையாளர் பெயரில்தான் இருக்கும். ஒருக்கால் அவருக்கு இடையில் ஏதும் நிகழ்ந்தால் நிறுவனம், வீட்டினை அவருடைய வாரிசுகளிடம் ஒப்படைக்கும். அதற்கு முன் அவர்கள், அந்தக் கணக்கினை முடிக்க வேண்டும். அதாவது ஏற்கெனவே மாதா மாதம் கொடுத்த பணத்தினை வட்டியுடன் திருப்பிக் கட்ட வேண்டும். சொத்தைக் கொடுத்து விடுவார்கள்.’

‘இல்லா விட்டால்?’

‘வீட்டை அவர்கள் விற்று, பணத்தினை எடுத்துக்கொண்டு மீதிப் பணத்தினை வாரிசுகளிடம் கொடுத்து விடுவார்கள்.’

‘அவருக்குப் பிறகு அவர் மனைவி இருப்பாரே! அவர்கள் என்ன செய்வது?’

‘அவர்கள் அதே வீட்டில் இருக்கலாம். அதைக் காலி செய்ய வேண்டியதில்லை. ஆனால், மாதா மாதம் கொடுக்கும் பணத்தினை ஒப்புக் கொண்ட காலத்திற்குப் பிறகு நிறுத்தி விடுவார்கள்.’

‘எதற்குத்தான் இந்தத் திட்டம்?’

‘வீடு இருக்கிறது. விற்க மனசில்லை. அல்லது விலை உயரக் கூடிய வாய்ப்பிருக்கிறது. ஏன் அனாவசியமாக விற்க வேண்டும்? அதே சமயம், வருமானம் ஏதுமில்லை அல்லது மாத வருமானம் இன்னும் கொஞ்சம் அதிகமிருந்தால் தாராளமாக செலவு செய்யலாம் என்கிற வகையில் இருப்பவர்கள், இதற்குப் போகலாம்.’

'இப்படியெல்லாம்கூட யோசிக்க ஆரம்பித்து விட்டார்களா?'

'இதெல்லாம் யு.எஸ்.சில்தான் அதிகம். அங்கேயெல்லாம் அவரவர் சம்பாத்தியம் அவரவர்க்கு. தாயும் பிள்ளையும்தான் என்றாலும், வாயும் வயிறும் தனித் தனிதான் என்பதுபோல. மகனோ, மகளோ அவர்களே சம்பாதித்துக்கொள்வார்கள். அதனால், பெற்றவர்கள் அவர்கள் சம்பாத்தியத்தைக் குற்ற உணர்வு இல்லாமல், தங்களின் சௌகரியத்துக்குப் பயன்படுத்திக்கொள்வார்கள்.'

'அங்கே வேண்டுமானால் சரியாக இருக்கலாம். இங்கே அப்படிச் செய்யப் பெற்றவர்களுக்கு மனசு வருமா?'

'எப்படிச் செய்ய?'

'வீட்டையும் கட்டிவிட்டு, அதன்மீது கடன் வாங்கிச் சாப்பிடுவது அல்லது வீட்டின்மீது கடன் வைத்துவிட்டுப் போவது.'

'சிரமம்தான். எல்லாம் மனசைப் பொறுத்தது. கூடவே வாழ்க்கைத் தேவைகளையும் பொறுத்தது. இப்படி ஒரு வழி இருக்கிறது. சமீபத்தில்தான் வந்திருக்கிறது. இதற்கு நேஷனல் ஹவுசிங் வங்கி ஒப்புதலும் இருக்கிறது. ஆனாலும் இன்னும் நீங்கள் சொன்ன காரணங்களினாலும் மாதா மாதம் வரும் பணத்தினை வருமானமாகக் கணக்கிட்டு வரி கட்டச் சொல்லுவார்களோ என்கிற யோசனையினாலும், இங்கே பிரபலமாகவில்லை.'

'ஆகுமா?'

'இங்கேயும் பெற்றவர்களைவிட வசதியாக இருக்கிற பிள்ளைகள் உருவாகி வருகிறார்களே! தவிர, பெற்றவர்களின் ஆயுளும் தேவைகளும் அதிகரிக்கின்றன. குறிப்பாக மருத்துவத் தேவைகள்.'

'சரி. அது அவரவர் விருப்பம். சுமாராக எவ்வளவு கிடைக்கும்? எதற்கும் அதையும் சொல்லி விடுங்கள்.'

'எவ்வளவு கிடைக்கும் என்பது மூன்று விஷயங்களைப் பொறுத்து மாறும். *(1)* சொத்தின் மதிப்பு, *(2)* ரிவர்ஸ் மார்ட்கேஜ் பெறுபவரின் வயது, *(3)* விண்ணப்பிக்கிற நேரம் நிலவும் வட்டி விகிதம். இதில் இன்னொரு விஷயம் வயது அதிகமாக இருப்பவர்களுக்குக் கூடுதல் தொகை கிடைக்கும். வயது

குறைவு என்றால் (எப்படியும் 60க்குக் குறைவானால் கிடையாது) தொகையும் குறையும்.'

'ஒரு உதாரணம்..?'

'20 லட்ச ரூபாய் வீடு ஒன்றினை 65 வயதாகும் ஒருவர் ரிவர்ஸ் மார்ட்கேஜ் செய்தால், அவருக்கு 10 வருடங்களுக்கு மாதம் 4100 வீதம் கொடுக்கப்படும். இது கொடுக்கப்படும் அளவுதான். சொத்து விலை ஏறினால் அது அவருக்கோ, அதாவது குடும்பத்துக்கோதான். ஆனால், மாதா மாதம் தரத் தக்க தொகை இதுதான். அந்த பத்து வருட முடிவில் அவரோ, அவரது குடும்பமோ சுமார் பத்து லட்ச ரூபாய் கட்டினால் (அசல் மற்றும் வட்டிக்கு) அந்த வீட்டு அடமானம் திரும்பி விடும்.'

'வீட்டை அடமானம் வைப்பதுதான். ஆனால், ஒரே தவணையாக வாங்கிக் கொள்ளாமல் மாதா மாதம் வாங்கிக்கொள்வது.'

'அதேதான் முன்பு பார்த்த ஓய்வுக் கால பென்ஷன் போலவேதான். அப்படியில்லாமல் மூன்று மாதங்கள் ஆறு மாதங்களுக்கு ஒரு முறை அல்லது ஒரே தவணையாகவும் தருவார்கள்.'

26

நம் சொத்துக்களுக்கு வாரிசு யார்?

'**யா**னை இருந்தாலும் ஆயிரம் பொன். இறந்தாலும் ஆயிரம் பொன்.'

இந்தப் பழமொழி யானைக்கு மட்டுமல்ல; சில மனிதர்களுக்கும் பொருந்தும். சில பெற்றோர் அவர்களுடைய பிள்ளைகளுக்கு வாழ்நாள் முழுக்க தேவையானவற்றைச் செய்துகொண்டே இருப்பது தவிர, அவர்கள் இறந்த பிறகும், அவர்களின் பிள்ளை களுக்கு ஏதாவது பெரியதாகக் கொடுப்பார்கள். அது, அவர்கள் வாழ்நாள் எல்லாம் சேர்த்து வைத்த சொத்தாக இருக்கும்.

அவர் பெயர் கருப்பையா. நல்ல பணக்காரர். பணம் என்றால் பெரும் பணம். பெரிய வீடு, பல ஏக்கர் நிலங்கள், ஷேர்கள், நகைகள் என்று ஏராளமான சொத்துக்கள். எவ்வளவு இருந்தாலும், மனுஷன் பணத்தினை சுலபத்தில் செலவழித்துவிட மாட்டார். காசு விஷயத்தில் படு கெட்டி. அவரிடம் அவ்வளவு பணம் இருந்ததே, அவர் இறந்த பிறகு, அவர் மகன் போட்ட ஆட்டத்தில்தான் தெரிய வந்தது.

கருப்பையா பணத்தினைச் சம்பாதித்துச் சேர்த்ததில் மட்டும் கெட்டிக்காரரில்லை. அந்தப் பணம் தன் மகனுக்கு மிகச் சரியாகப் போய்ச் சேர வேண்டும் என்பதிலும் சமர்த்தராக இருந்திருக்கிறார். அதனால்தான், அவர் இறந்ததும், அவருடைய அனைத்துச்

சொத்துக்களுக்கும் முழுமையாக, அதுவும் சீக்கிரமே மகனுக்குப் போய்ச் சேர்ந்துவிட்டது.

‘குறுக்கிடுவதற்கு மன்னிக்கவும். இதில் என்ன அதிசயம்? அப்பா சம்பாதித்தது மகனுக்குத்தானே!’

‘எல்லோருக்குமே கூடுதலோ, குறைவோ, பெற்றவர்கள் வைத்து விட்டுப் போகும் சொத்து வருகிறது. வாழ்க்கையில் ஒருவருக்கு பணம் வரும் வழிகளில் இதுவும் ஒன்று. பெற்றவர்கள் இருக்கும்போதே பிரித்துக் கொடுப்பது ஒரு முறை. அவர்கள் இருக்கும்வரை பராமரித்து விட்டு, அவர்கள் காலத்துக்குப் பிறகு, வாரிசுகளுக்குப் போகும்படி செய்வது இன்னொரு முறை. அதைப் பற்றித்தான் பார்க்கப் போகிறோம். இந்த வழி, எல்லா குடும்பங்களிலும் சுலபமாக நடந்து விடுகிறது என்று சொல்ல முடியாது.

உதாரணத்திற்கு இன்னொருவர். அவர் பெயர் ராம்பாபு. அவர் ஒரு பொதுத் துறை நிறுவனத்தில் பணியாற்றியவர். அவரது 47 ஆவது வயதில் ஒரு விபத்தில் இறந்துவிட்டார்.

‘அடப் பாவமே! சரி. அதனால் அவர் பிள்ளைக்கு அவருடைய சொத்து கிடைக்கவில்லையா?’

‘கிடைத்தது. ஆனால், அந்தப் பணத்தினை வாங்குவதற்கு, ராம்பாபு மனைவிக்கும் மகனுக்கும் போதும் போதும் என்றாகி விட்டது. காரணம், அவர்கள்தான் ராம்பாபுவின் வாரிசுதாரர்கள் என்று நிரூபிக்க, அவர்கள் அவ்வளவு அலைய வேண்டியதாகி விட்டது. அதனால் தாமதமாக, கொஞ்சம் குறைந்து போன மதிப்பில்தான் சொத்துக்கள் கைக்கு வந்தன.’

‘என்ன கொடுமை இது! சின்ன வயதில் அவர் செத்ததே அநியாயம். இதில் அவர் சேர்த்து வைத்த பணம், அவர் குடும்பத்துக்குப் போய்ச் சேர இவ்வளவு பாடா! ஆமாம், ஏன் இப்படி?’

‘எல்லாம் அலட்சியம்தான் காரணம்.’

‘யாருடைய அலட்சியம்? பணம் கொடுக்க வேண்டியவர்களின் அலட்சியம்தானே?’

‘அதுதான் இல்லை. அவர்கள் எல்லாம் உதவத்தான் விரும்பினார்கள். ஆனாலும், முடியவில்லை.’

'பணம் பட்டுவாடா செய்ய வேண்டியவர்களின் அலட்சியம் இல்லை என்றால், வேறு யாருடைய அலட்சியம்?'

'ராம்பாபுவின் அலட்சியம்.'

'எப்படி?'

'ராம்பாபு வேண்டியதைச் செய்யவில்லை.'

'இப்படி பூடகமாகவே சொன்னால் எப்படி?'

'ராம்பாபு அவர் சொத்துக்களுக்கு யார் வாரிசு என்று உயில் எழுதி வைக்கவில்லை. அவர் வயது அப்படி. அதனால் விட்டு விட்டார் என்று சொல்லலாம். ஆனால், அவர் அவருடைய பங்குகள் போன்ற சில சொத்துக்களுக்கு, வாரிசுதாரரும் (நாமினி) நியமித்திருக்கவில்லை.'

'அது ஒரு பிரச்னையா?'

'இல்லையா பின்னே? அசையா சொத்துக்கள் யாருக்கு என்கிற கேள்வி வருகிறபோது, இறந்தவருடைய இறப்புச் சான்றிதழ் கொடுத்து, மாநில அரசின் அலுவலகத்தில் இருந்து வாரிசுதாரர் சான்றிதழ் பெற்று விட்டால் போதும். ஆனால், பங்குகள், வங்கி வைப்புகள், வங்கி லாக்கர்கள், அரசு கடன் பத்திரங்கள், பரஸ்பர நிதிகள் போன்ற பலவற்றுக்கும் ராம்பாபு அவர் காலத்திலேயே, தனக்கு ஏதும் நேர்ந்து விட்டால் எவரிடம் அந்தப் பணத்தினைக் கொடுப்பது என்பதை எழுதிக் கொடுத்திருக்க வேண்டும். அதன் பெயர் நாமினேஷன். அதனை அவர் செய்திருக்கவில்லை.

'அப்படி நாமினேஷன் செய்ய, தனியாக கடிதம் ஏதும் கொடுக்க வேண்டுமோ!'

'இல்லை. குறிப்பிட்ட அந்தக் கணக்கினைத் திறக்கும்போதோ, அதில் பணத்தினைப் போடும்போதோ, விண்ணப்பப் படிவத்தினை சரியாகப் பார்த்தால் தெரியும். அதிலேயே நாமினேஷன் செய்வதற்கான இடம் இருக்கும். அதில் ஒருவர், நியமிக்க விரும்பும் நபரின் பெயர், வயது, முகவரி எழுதினால் போதும். வாரிசுதாரரின் புகைப்படமும் கொடுத்து, அந்த வாரிசுதாரர் அதே படிவத்தில் கையெழுத்தும் அப்போதே போட்டு விட்டால் இன்னும் பக்கா.'

‘அப்படிச் செய்திருந்தால், ராம்பாபுவின் குடும்பத்தாருக்குச் சேர வேண்டிய பணம் ஒழுங்காக உடனடியாக சேர்ந்திருக்குமோ!’

‘ஆமாம்.’

‘அடச்சே! ஐந்து நிமிடத்தில் ஆகிற வேலை. அதைச் செய்யாததால்தான் அவர் குடும்பத்துக்கு எவ்வளவு அலைச்சல்! அதைத்தான் அலட்சியம் என்கிறீர்களோ!’

‘ஆமாம். இல்லையா பின்னே?’

‘முன்பு சொன்னது தவிர வேறு எதெதற்கு இந்த நியமனம் அவசியம்?’

‘முன்பு பார்த்தோமே சேம நல நிதி. ஊதியத்திற்காக வேலை செய்யும் இடங்களில், சம்பளத்தில் இருந்து பிடிக்கப்படும் மற்றும் நிர்வாகத்தினரால் வழங்கப்படும் சேம நல நிதி (PF) அந்த சேமிப்பினை, ஊழியரின் பணிக் காலம் முடிந்ததும், அவர் சேமித்த பணத்தினை வட்டியோடு சேர்த்து வழங்குவார்கள். அதேபோல, அவர் பணி செய்யும் இடத்தில் கிராஜிவிட்டி எனப்படும் கருணைத் தொகை கொடுக்க வேண்டி வந்தால், அதனையும் ஓய்வு பெறும் ஊழியரிடம் கொடுப்பார்கள். ஆனால், அவர் ஒருக்கால் ராம்பாபு போல, எவரேனும் எதிர்பாராமல் இறந்து போனால், அந்தத் தொகைகளை யாரிடம் கொடுப்பது?

அப்படிப்பட்ட பட்டுவாடாக்களுக்கும்கூட ஊழியர், உரிய படிவங்களில் நியமனம் செய்ய வேண்டும். ராம்பாபு அதனையும் முறையாகச் செய்யவில்லை.’

‘முறையாக என்றால்…?’

‘அவர் அந்த நிறுவனத்தில் வேலைக்குச் சேர்ந்ததுமே நியமனங்கள் செய்து விட்டார்தான்.’

‘பிறகென்ன?’

‘அப்போது அவர் நியமனம் செய்தது அவர் தாயை. ராம்பாபு அப்போது திருமணம் ஆகாதவர். ஆனால், அவர் இறந்தபோது, அவருக்குத் திருமணமாகி, ஒரு மகனும் இருந்தான். அவர்கள் பெயர்கள் நியமனத்தில் இல்லை.’

‘சரி. அதனால் என்ன? அம்மாவிற்குக் கொடுத்துவிட்டுப் போவது!’

‘ராம்பாபு இறப்பதற்கு மூன்று வருடங்கள் முன்னால்தான் அவருடைய அம்மா இறந்து போனார்.’

‘அடடா!’

‘நியமனம் செய்தவர் உயிருடன் இல்லை. உயிருடன் இருப்பவர் களுக்கு நியமனம் இல்லை. அதனால் அந்தப் பணத்தினைப் பெறுவதற்கு வாரிசுதாரர் சான்றிதழ் தேவைப்பட்டது.’

‘அதை வாங்குவது ஒன்றும் அவ்வளவு சிரமமில்லையே! அதைப் பெற்று அதைக் காட்டி, ராம்பாபுவின் சொத்துகளைப் பெற வேண்டியதுதானே!’

எல்லா இடங்களிலும் வெறும் வாரிசுதாரர் சான்றிதழ் போதாது. உதாரணமாக பரஸ்பர நிதிகளுக்கு, நோட்டரி பப்ளிக் கையெழுத்து, வங்கி மேலாளர் சான்றிதழ் போன்றவையும் தேவைப்படும். பங்குகளை வைத்திருக்கும் டி.பி.க்கும் (DP) சில வங்கிக் கணக்குகளில் இருக்கும் பணத்திற்கும் கெடுபிடிகள் இன்னும் அதிகம்.

DPயில் வைத்திருக்கும் பங்குகளின் சந்தை மதிப்பு லட்ச ரூபாய்க்கும் அதிகமாக இருந்தால், வெறும் வாரிசுதாரர் சான்றிதழ் போதாது. நீதிமன்றத்தில் இருந்து பெற வேண்டிய ‘சக்சஷன் சர்டிபிகேட்’ கொடுக்க வேண்டும். அதை வாங்குவதற்குச் செலவும் சில மாதங்களும் நிச்சயம் ஆகும்.’

‘அடேயப்பா. ராம்பாபு பணத்தினை அவர் குடும்பத்திற்குக் கொடுப்பதற்கே இவ்வளவு கெடுபிடிகள், சிரமங்களா? இவற்றைத் தவிர்க்க வழியே இல்லையா?’

‘ஏன் இல்லை? சுலபமான வழி இருக்கிறது.’

27

உயிலே... உயிலே...

வள்ளல் சீதக்காதி கதை தெரிந்திருக்கலாம். இல்லை என்று சொல்லாத கொடை வள்ளல். ஒரு புலவர் சீதக்காதியிடம் வழக்கமாகப் பரிசுகள் வாங்கிப் பலனடைந்தவர். நொடித்துப் போன நிலையில், சீதக்காதியைப் பார்த்து பணம் வாங்குதற்காக நம்பிக்கையுடன் வருகிறார். ஆனால், அவர் கேள்விப்பட்ட தகவலோ, வேறு மாதிரியாக இருந்தது. 'சீதக்காதி மரணம் அடைந்துவிட்டான்.' புலவருக்கு அதிர்ச்சி. புதைக்கப்பட்ட சுடுகாட்டிற்கு ஓடுகிறார். சமாதியைப் பார்த்துக் கதறுகிறார். 'எப்போதும் கொடுப்பாயே. போய் விட்டாயே. உன்னை நம்பி வந்தேனே. பணம் வேண்டுமே! எங்கே போவேன்? யாரிடம் கேட்பேன்?'

அழுது புலம்புகிறார். நிமிர்ந்த அவர் கண்ணில் பட்டதை அவரால் நம்ப முடியவில்லை. அட! சீக்காதியின் ஒரு கை வெளியே நீட்டிக் கொண்டிருக்கிறது. பிரிந்திருந்த விரல் ஒன்றில், பளபளக்கும் தங்க மோதிரம்! 'வா. இதை நீ எடுத்துப் போ' என்று சீதக்காதி சொல்லுவது போல இருக்கிறது. எடுத்துக்கொண்ட சந்தோஷத்தில் பாடினார். '...செத்தும் கொடுத்தான் சீதக்காதி.'

சீதக்காதி போன்ற பலர் இறந்த பிறகும் கொடுக்க வேறு சிலரோ, தெரிந்தோ தெரியாமலோ, 'செத்தும் கெடுப்பார்கள்.'

வித்தியாசத்தினைக் கவனித்திருக்கலாம். கொடுக்காதது மட்டுமில்லை; மேற்கொண்டு கெடுப்பார்கள். சென்ற அத்தியாயத்தில் பார்த்த ராம்பாபு போல, பெற்றவர்களின் சிதறிக் கிடக்கும் சொத்துக்களைச் சேகரிக்கவும், பெறுவதற்காகவுமே தங்களின் முழு நேர வேலை அல்லது செய்துகொண்டிருந்த தொழிலை கவனிக்க முடியாமல் விட்டவர்கள் உண்டு.

வாழ்நாள் எல்லாம் சிரமப்பட்டு சேர்க்கிற பணம், சிந்தாமல் சிதறாமல் வாரிசுகளுக்குப் போய்ச் சேர வேண்டும்.

பணம் சம்பாதிப்பதும் அதனைப் பாதுகாப்பதும் எவ்வளவு முக்கியமோ அதே அளவு முக்கியம் அதற்கான வாரிசுகளை நியமிப்பதும். மிஞ்சி மிஞ்சிப் போனால் அரை நாள் ஆகக் கூடிய வேலை. அதைச் சரியாகச் செய்யாவிட்டால், பணமும் சொத்தும் உரியவர்களுக்கு வந்து சேர பல வருடங்கள்கூட ஆகலாம்.

'என்ன செய்ய வேண்டும்? ஏதோ சுலபமான வழி இருக்கிற தென்று சொன்னதாக ஞாபகம்.'

'எல்லா கணக்குகளிலும் கணவன் - மனைவி இருவர் பெயர் களையும் போட வேண்டும்.'

'ஜாயிண்ட் அக்கவுண்ட்போல?'

'ஆமாம். சில இடங்களில் ஜாயிண்ட் அக்கவுண்ட். வேறு சில இடங்களில் 'இருவரில், இருப்பவர் எவரோ அவர்' என்கிற வகையில் ஆரம்பிக்கப்படுகிற 'எய்தர் ஆர் சர்வைவர்' (Either or Survivor) சுருக்கமாக E or S கணக்குகள்.'

'இதனால் என்ன பலன்?'

இருவர் பெயர்களிலும் கணக்கு இருப்பதால், அந்த வங்கிக் கணக்கிலோ அல்லது பிக்செட் டெபாசிட்டிலோ அல்லது வேறு கணக்கிலோ இருக்கும் பணத்திற்கு இருவருமே சொந்தம். ஒருவருக்கு ஏதும் ஆகிவிட்டால், மற்றொருவருக்கு அந்தத் தொகை சுலபமாகக் கிடைக்கும். சிக்கல் ஏதுமில்லை.'

'பங்குகள் வாங்கினாலும் இப்படி இருவர் பெயர்களில் வாங்கலாம். அதில் 'ஃபர்ஸ்ட் ஹோல்டர்', 'செகண்ட் ஹோல்டர்' என்று பெயர் போடுவார்கள். பங்குகளை வைத்திருக்கும். டி.டி. கணக்கு களுக்கும் இது பொருந்தும்.'

‘கணக்கு வைத்திருப்பவருக்கு ஏதும் ஆகிவிட்டால்? என்கிற சூழ்நிலைக்கு இது சரிதான். ஆனால், அதற்கு முன்?’

‘வட்டி, டிவிடெண்ட், போனஸ், தகவல்கள் எல்லாம் முதல் ஹோல்டருக்குத்தான் வரும். இரண்டாவது ஹோல்டர் என்பவர் பெயருக்குத்தான்.’

‘இப்படி மனைவி பெயரில் மட்டும்தான் செய்ய முடியுமா?’

‘பிள்ளைகள் பெயரிலும் செய்யலாம். ஒன்றுக்கும் மேற்பட்ட பிள்ளைகள் இருந்தால், ஒரே கணக்கிலும் அப்படிச் செய்யலாம். அல்லது தனித்தனியாக கணக்குகள் திறந்து, ஒவ்வொன்றில் ஒவ்வொருவர் பெயரினை ஜாயின்ட் ஹோல்டராகப் போடலாம். ஒரு கணக்கில் அப்பாவும் மனைவியும் இரண்டாவதில் அப்பாவும் முதல் மகனும் என்பதுபோல.’

‘எவர் பெயருக்குப் போடுகிறோமோ, அவருக்குத் தெரியாம லேயே போட முடியுமா?’

‘தெரியாமல் போட முடியாது. காரணம், அவரும் விண்ணப்பத்தில் கையெழுத்துப் போட வேண்டும். ஆமாம், ஏன் அவருக்குத் தெரியாமல் அவர் பெயரில் போட வேண்டும்?’

‘தெரிந்தால் இப்போதே கொடுங்கள் என்பார்களே! ஏதும் ஆன பிறகு அவர்களுக்குத்தான். எடுத்துக்கொள்ளட்டும். இப்போதே எல்லாவற்றையும் கொடுத்துவிட முடியுமா?’

‘அதுவும் சரிதான். அப்படி எல்லாவற்றையும் கொடுக்கவும் தேவையில்லை.’

‘யாருக்கு நாமினேஷன் இருக்கிறதோ அவருக்குத்தானா எல்லாம்.’

‘இல்லை. சட்டப்படி பார்த்தால், ‘நாமினி’யாக நியமனம் செய்யப் பட்டவர், அந்தக் குறிப்பிட்ட பணத்தினைப் பெற்றுக் கொள்வதற்கு மட்டுமே உரிமை உள்ளவர். பெற்ற பணத்தினை அவர், எல்லா வாரிசுகளுக்கும் பிரித்துக் கொடுக்கத்தான் வேண்டும்.’

‘என்ன விகிதத்தில் பிரிப்பது?’

‘சொத்துக்கும் உரிமையாளர் விரும்பியபடி பிரிக்கலாம். அவருடைய விருப்பத்தினை அவர் உயில் எழுதி வைத்து தெரிவித்திருக்க வேண்டும்.’

‘உயிலா...?’

‘இருக்கும்போதே, கொடுக்க வேண்டும் என்று விரும்பினால், ஓரளவு சொத்துக்களையும் பணத்தினையும் பிரித்துக் கொடுக்கலாம். வாரிசுதாரர்களுக்குக் கொடுக்கும் பணத்திற்கு, கொடுப்பவர், வாங்குவர் இருவருக்குமே வரி கிடையாது.

இருக்கும்போது முடியாது, அல்லது வேண்டாம் என்று நினைத்தால், தங்கள் காலத்துக்குப் பின் எடுத்துக்கொள்ளட்டும் என்று திட்டமிட்டால் யார் யாருக்கு எவ்வளவு என்பதைத் தெளிவாகவே எழுதிவைத்து விடலாம். சம்பந்தப்பட்டவருக்குத் தெரிவிக்க வேண்டும் என்கிற அவசியம் இல்லை. இப்படி ஒருவர் எழுதி கையெழுத்துப் போட்டு வைப்பதுதான் உயில்.’

‘உயில் எப்படி, எதில் எழுதுவது.’

‘உயில் என்பதைச் சாதாரண பேப்பரில் எழுதினால்கூடப் போதும். அதனைப் பதிவு செய்ய வேண்டும் என்கிற அவசியமும் இல்லை ஆனாலும், உயிலுக்கு என்று ஒரு சில அடிப்படைத் தேவைகள் இருக்கின்றன.’

ஒருவர் தன்னுடைய சொத்துக்களுக்குத்தான் உயில் எழுத வேண்டும் (அட இது நல்லா இருக்கே!). உதாரணத்திற்கு மனைவி பெயரில் இருப்பதற்கு, மனைவிதான் உயில் எழுத முடியும்.’

‘எழுதியவர், சுய நினைவுடனும், எவர் தூண்டுதல் இன்றியும், உடல் நலமாக இருக்கையிலும் எழுதியதாகக் குறிப்பிட்டு, கையெழுத்திட வேண்டும். அவர் அப்படி கையெழுத்துப் போடும்போது, இன்னும் இருவர் சாட்சிக் கையெழுத்துகள் போட வேண்டும். சாட்சிக் கையெழுத்து போடுபவர்கள், அந்த உயில் மூலம் பலன் பெறுபவர்களாக இருக்கக்கூடாது. வேறு நபர்களாகத்தான் இருக்க வேண்டும்.’

‘மனைவி பிள்ளைகளுக்குத்தான் எழுத வேண்டும் என்பதில்லை. மற்றவர்களுக்கும், ஏன் தர்மத்துக்கும்கூட சொத்துக்களை எழுதலாம். அதே உயிலில், எவர் அந்த உயிலினை நடைமுறைப் படுத்த வேண்டும் (எக்ஸிகூட்டர்) என்றும் குறிப்பிடலாம். அவர் வக்கீலாகவோ அல்லது வேறு எவருமாகவோ இருக்கலாம். அப்படி எவரையும் நியமிக்காமலும் விடலாம்.’

‘எழுதிய உயிலைப் பற்றி எவருக்கும் தெரிவிக்காமலே தானே வைத்திருக்கலாம். அல்லது உயிலை ஒரு சொத்துக்கள் பதிவு செய்யும் ரிஜிஸ்தர் அலுவலகத்தில் சிறிய கட்டணம் செலுத்தி பதிவு செய்யலாம் (ஸ்டாம்பு டூட்டி அளவு அதிகமில்லை). பதிவு செய்வது மட்டுமில்லை. தேவையானால் அதனை அதே அலுவலகத்தில் டெபாசிட்டும் செய்யலாம்.’

‘உயில் எழுதி சில வருடங்கள் ஆகிவிட்டது. அதில் மாற்றங்கள் செய்ய நினைத்தால், செய்யமுடியுமா?’

‘தாராளமாக. எத்தனை முறை வேண்டுமானாலும் எழுதிய உயிலினை மாற்றலாம். அடுத்த நாளேகூட மாற்றலாம். எது கடைசியாக எழுதப்பட்டதோ, அதுதான் செல்லும். ஆகவே உயிலில் தேதி மிக மிக முக்கியம்.’

‘உயில் இருந்தால் போதுமில்லையா? உரியவர்கள் அதன்படி பிரித்துக் கொண்டு விடலாமில்லையா?’

‘உயிலினை அவருடைய இறப்புக்குப் பிறகு சம்பந்தப்பட்டவர், நீதிமன்றத்தில் ப்ரொபேட் (Probate) செய்ய வேண்டும்.’

‘உயிலுக்கு மாற்று ஏதும் இருக்கிறதா?’

‘உயிலுக்குப் பதில் ‘ஃபேமிலி அரேஞ்ச்மெண்ட்’ ஆகவும் செய்து கொள்ளலாம். சொத்தினைக் கொடுப்பவர் உட்பட, சம்பந்தப் பட்ட உறவினர்கள் எல்லோரும் சேர்ந்து எப்படிப் பிரித்துக் கொள்வது என்பதனை எழுதி கையெழுத்துப் போட்டு வைத்துக் கொள்ளலாம். அது செல்லும்.’

‘உயிலும் இல்லை. வேறு வழிமுறைகளையும் செய்து கொள்ள வில்லை. என்ன ஆகும்?’

‘உயில் இல்லா விட்டால், அவர்கள் சார்ந்திருக்கும் மதத்தின்படி பிரிவினை செய்யப்படும். ‘இந்து சக்சஷன் ஆக்ட்’படி. ‘ஃபர்ஸ்ட் கிளாஸ்’, ‘செகெண்ட் கிளாஸ்’ என்பதுபோல உரிமை அடிப்படையில் வாரிசுகள் பிரிக்கப்படுகிறார்கள். மனைவி, மகன், மகள்களுக்குத்தான் முதல் உரிமை. மகன் தந்தைக்கு முன்பாகவே இறந்துவிட்டிருந்தால், அவனுக்குப் பிறந்த குழந்தைகளுக்கு அந்தப் பங்கு வரும். அவர்கள் யாரும் இல்லை யென்றால்தான் அடுத்த கட்ட வாரிசுகள். அதிலே அப்பா, சகோதரர்கள் வருகிறார்கள்.’

‘மொத்தத்தில்?’

‘எல்லாவற்றுக்கும் நியமனம் செய்துவிட வேண்டியது. உயில் எழுதி வைத்துக்கொள்ள வேண்டியது. இரண்டு மூன்று ஆண்டுகளுக்கு ஒரு முறை சூழ்நிலைக்கு ஏற்றாற்போல பழைய உயிலினைக் கிழித்தெறிந்து விட்டு, புதியதாக ஒன்று எழுதி வைத்துக் கொள்ள வேண்டியது.’

ஓடி வரும் பணம்

இன்றைக்கும் என்னால் சம்பாதிக்க முடியவில்லை என்று சொல்பவர்கள் குறைவு. வாய்ப்புகள் பெருகியிருக்கின்றன. எல்லா குடும்பங்களிலும் படிக்கிறார்கள். கிராமங்களில் விவசாய வேலைகளுக்கு ஆட்கள் கிடைப்பது சிரமமாயிருக்கிறது. எல்லாம் நல்லதுக்குத்தான். படிப்பு மற்றவற்றுடன் நிச்சயமாக சம்பாதிக்கும் திறனை உயர்த்தும். ஏழை வீட்டுப் பிள்ளைகள் பலர் இன்று பொறியியல் போன்ற புரஃபஷனல் படிப்புகளைப் படிக்கிறார்கள். நல்ல வேலைகள் கிடைக்கப் பெற்று முன்னேறுகிறார்கள்.

‘விற்பனையில்லை’, ‘மக்கள் வாங்கத் தயங்குகிறார்கள்’ என்கிற பேச்சுகளுக்கு இடமில்லை. மக்கள் முன்னெப்போதையும் விட தாராளமாகச் செலவழிக்கிறார்கள். சுய தொழில், வியாபாரம் எல்லாம் சிறப்பாகச் செய்ய முடியும் நேரமிது. பலரும் செய்கிறார்கள்.

தற்சமயம் சம்பாதிப்பது ஒன்றும் சிரமமில்லை. வேகமாக வளருகிற நம் தேசத்தில் வேலை, தொழில் மற்றும் வியாபார வாய்ப்புகள் நிச்சயம் பெருகியிருக்கின்றன. சம்பாதிப்பது முழுவதையும் செலவழிக்காமல் பணத்தைச் சரியாகப் பெருக்கியவர்களின் நிலைகள் உயர்ந்துகொண்டே போவதைப் பார்க்கிறோம்.

பணத்தினைப் பெருக்க சரியான வழி, தேர்ந்த முதலீடுகள்தான். இளமையிலேயே தொடங்கும் சரியான முதலீடுகள் பெரிய பலன் தருகின்றன.

சேர்த்த பணத்தினை எதிர்பாராத மருத்துவம் மற்றும் பிற செலவு களுக்குத் தாரை வார்த்துக் கொடுத்துவிட்டால் காப்பீடு போன்றவை காப்பாற்றும்.

இடம், தங்கம், பங்குகள், எல்.ஜி.பி., யூலிப், பரஸ்பர நிதிகள், பென்ஷன் திட்டங்கள் என்று பல்வேறு முதலீட்டுத் திட்டங்களைப் பற்றி விரிவாகவே பார்த்தோம்.

வயது, குடும்பத் தேவைகள், ரிஸ்க் எடுக்கும் மன வலிமை பொறுத்து முதலீடு செய்யுங்கள். லட்சங்கள் என்ன! கோடிகள் உங்கள் வசமாகும். அதற்கான காலம் நெருங்கி விட்டது.

செய்யவேண்டியதெல்லாம், பணத்தை மதிக்கவேண்டும். ஆக பணமே உன்னை வணங்குகிறேன்.

வாழ்த்துக்கள்...

www.ingramcontent.com/pod-product-compliance
Lightning Source LLC
LaVergne TN
LVHW100550051026
849519LV00003B/894
* 9 7 8 9 3 8 6 7 3 7 2 2 9 *